INSIGHT PUBLICA

INSIGHT PUBLICA®

Kozhikode, Kerala, India 673011
www.insightpublica.com
e-mail: insightpublica@gmail.com
Oru Thalirilayum Oru Thulli Nilavum
(Malayalam Novel)
Cinasha
First Edition: December 2020
This Edition January 2024

ISBN 978-93-90535-25-5
Cover Painting: Cinasha
Printed and Published by
Insightinpublica Printers & Publishers Pvt. Ltd.

ഒരു തളിരിലയും
ഒരു തുള്ളി നിലാവും

സിനാഷ

INSIGHT PUBLICA

സിനാഷ

2007 ഒക്ടോബർ 29 ന ജനനം. അമ്മ സ്മിത, അച്ഛൻ ശ്രീകുമാർ. കാസറഗോഡ് ഗവൺമെന്റ് ഹയർ സെക്കണ്ടറി സ്കൂളിൽ എട്ടാം ക്ലാസ്സ് വിദ്യാർത്ഥിനി. ചിത്രരചന, വായന, എഴുത്ത് എന്നിവയിൽ താൽപര്യം. ആറാം ക്ലാസ്സിൽ പഠിക്കുമ്പോൾ എഴുതിയ രണ്ട് ഇംഗ്ലീഷ് നോവലുകൾ 'ദ മിസ്റ്റീരിയസ് ഫോറസ്റ്റ്', 'സോംഗ് ഓഫ് ദ റിവർ' എന്നിവ 2019 നവംബറിൽ പ്രസിദ്ധീകരിച്ചു. 'ഒരു തളിരിലയും ഒരു തുള്ളി നിലാവും' ഏഴാം ക്ലാസ്സിൽ പഠിക്കുമ്പോൾ എഴുതിയതാണ്.

വിലാസം: സിനാഷ, D/o ശ്രീകുമാർ എ, മായിപ്പാടി (പോസ്റ്റ്)
കാസറഗോഡ്, കേരളം, പിൻ: 671124
ഫോൺ: 9497842169,
email : sreekumar2515@gmail.com

ഇരുണ്ട നിഗൂഢരഹസ്യങ്ങളും,
വശ്യമായ നിഷ്കളങ്കസ്നേഹവുമായി പരന്നുകിടക്കുന്ന
ആമസോൺ മഴക്കാടുകൾ.
വനത്തിലെ ഗോത്രവർഗക്കാരിയായ ഒരു കൊച്ചുപെൺകുട്ടി.
അകലെ, റഷ്യയിലെ ചുകോട്ക ഗ്രാമം.
മഞ്ഞുമൂടിയ ഈ ഗ്രാമത്തിൽ ഒരു കൊച്ചുപെൺകുട്ടി.
കാട് എരിയുകയാണ്.
മഞ്ഞ് ഉരുകുകയാണ്.
എന്തെങ്കിലും ചെയ്തേ പറ്റൂ...

1
ഇലകളിലെ മഴമുത്തുകൾ

മഴ തകർത്തുപെയ്യുകയാണ്. കാർമേഘങ്ങൾ ചാരപ്പുതപ്പിട്ട ആകാശച്ചെരുവിൽ നിന്നും കനമുള്ള മഴമുത്തുകൾ താഴേക്ക് കുതിച്ചുകൊണ്ടിരുന്നു.

നോക്കെത്താദൂരത്തോളമങ്ങനെ പരന്ന് കിടക്കുന്ന ആമസോൺ മഴക്കാടുകളുടെ ആഴങ്ങളിലെ ഇരുണ്ട നിഗൂഢരഹസ്യങ്ങളിലേക്ക് മഴത്തുള്ളികൾ ആഴ്ന്നിറങ്ങി; കാടിന്റെ വശ്യമായ നിഷ്ക്കളങ്കസ്നേഹത്തിലേക്കും.

അതിവിശാലമായ ആകാശത്തിന് ഉമ്മ കൊടുക്കുന്ന വൻമരങ്ങൾ, മഴയിൽ നനഞ്ഞ് രസിച്ചങ്ങനെ നിന്നു. അവയുടെ ഇരുണ്ട നിറമുള്ള ശിഖരങ്ങളിലൂടെയും, ഇരുട്ട് കുടിയിരിക്കുന്ന പൊത്തുകളുള്ള താഴ്ത്തടിയിലൂടെയും മഴത്തുള്ളികൾ ഒലിച്ചിറങ്ങി. കടുംപച്ച നിറമുള്ള വലിയ വലിയ ഇലകളിൽ മഴമുത്തുകൾ തങ്ങിനിന്നു.

ഈ മരങ്ങൾക്കിടയിലൂടെ വളഞ്ഞ്പുളഞ്ഞ് പോകുന്ന ഒരു വനപാത. അരികിലെ മരങ്ങളുടെ തടിച്ച വേരുകൾ, മണ്ണിനടിയിലൊളിച്ചിരിക്കുന്ന പാമ്പുകൾ പെട്ടെന്ന് തലപൊക്കി നോക്കിയത് പോലെ, മണ്ണിൽ നിന്നുയർന്ന്, വഴിയിൽ കെട്ടുപിണഞ്ഞു കിടന്നു.

മരങ്ങളുടെ തണൽവന്ന് മൂടിയ ഇടുങ്ങിയ കാട്ടുവഴിയിലൂടെ ഒരു കൊച്ചുപെൺകുട്ടി നടന്നു. അവളുടെ നഗ്നമായ കൊച്ചുപാദങ്ങൾ നനഞ്ഞ മണ്ണിലമർന്നു. മണ്ണിൽ നിന്നുയർന്ന് ആ പാദങ്ങൾ

വീണ്ടും മുന്നോട്ട്പോയി; കുഞ്ഞുകാൽപാടുകൾ പിന്നിൽ അവശേഷിപ്പിച്ചുകൊണ്ട്.

അവൾ മഴ നനഞ്ഞ്കൊണ്ടങ്ങനെ നടന്നു. മഴ കനക്കുംതോറും കാൽക്കീഴിലെ മണ്ണിന് നനവ് കൂടിക്കൂടി വരുന്നതും, അതിൽ വെള്ളക്കെട്ടുകൾ രൂപപ്പെടുന്നതും അവളറിഞ്ഞില്ല.

അവൾ മെല്ലെ തലപൊക്കി, മേലോട്ട് നോക്കി. വൃക്ഷങ്ങളുടെ പച്ചക്കുടകൾക്കിടയിലൂടെ, ചാരനിറമുള്ള വാനിന്റെ കീറുകൾ കാണാം. ഇലക്കൂട്ടങ്ങൾക്കിടയിലൂടെ വിദഗ്ധമായി ഊർന്നിറങ്ങുന്ന കുളിരുള്ള മുത്തുകൾ അവളുടെ മുഖത്ത് വീണുചിതറി. അവൾ കണ്ണ് ചിമ്മി.

"ആഞ്ജലിനാ... ഓയ്, ആഞ്ജലിനാ..." ചിരപരിചിതമായ ഒരു പതിഞ്ഞ സ്വരം കേട്ട്, അവൾ കണ്ണ് തുറന്ന് ചുറ്റും നോക്കി. ആരെയും കാണുന്നില്ല. ആരാണ് തന്നെ വിളിക്കുന്നത്?

"ഓയ്! ആഞ്ജീ.. ഇവിടെ നോക്ക്... ഇവിടെ മേലെ!" ആ സ്വരം വീണ്ടും പറഞ്ഞു. ആഞ്ജലിന മരത്തലപ്പുകളിലേക്ക് കണ്ണ് പായിച്ചു.

അവിടെ, ഒരു മരത്തിന്റെ ഉയർന്ന കൊമ്പത്ത് പറ്റിപ്പിടിച്ച് ഒരു പെൺകുട്ടി നിന്നിരുന്നു. ആഞ്ജലിന എന്ന കുട്ടിയുടെ സമപ്രായക്കാരിയായ ഒരു കൊച്ചുകുട്ടി തന്റെ ഉറ്റചങ്ങാതിയായ നാലിസിയയെ കണ്ട് ആഞ്ജലിന പറഞ്ഞു: "ഓ! നീയായിരുന്നോ..."

"പിന്നല്ലാതാരാ ഈ പെരുമഴയത്ത്, മരക്കൊമ്പത്തിരുന്ന് നിന്നെ വിളിക്കാൻ!" നാലിസിയ പറഞ്ഞു. ആഞ്ജലിന മന്ദഹസിച്ചു.

"ഢീ, പെട്ടെന്ന് കേറിവാ" നാലിസിയ ധൃതിയിൽ പറഞ്ഞു.

"എന്തിനാ, നാലീ?" ആഞ്ജലിന ചോദിച്ചു.

"ആഞ്ജീ, നിനക്ക് വട്ടായോ? മരത്തിൽ കേറുന്നതിന്റെ രസം നീ തന്നെയല്ലേ എന്നെ പഠിപ്പിച്ചത്." നാലിസിയ കണ്ണുകൾ വിടർത്തി പറഞ്ഞു.

"ഓ, ഞാൻ വെറുതേ ചോദിച്ചതാ" ആഞ്ജലിന ശബ്ദം താഴ്ത്തി. "ദാ ഞാനിതാ എത്തി" അവളുടെ ചുണ്ടുകളിൽ ഒരു കുസൃതിച്ചിരി വിരിഞ്ഞു.

ആഞ്ജലിന മുന്നോട്ടോടി, നാലിസിയയുള്ള മരത്തിന്റെ ചുവട്ടിലെത്തി.

“ആഞ്ജീ, സൂക്ഷിച്ചോണേ...” നാലിസിയ തന്റെ സ്ഥിരം വാചകം പറഞ്ഞു. ആഞ്ജീ പതിവ് പോലെ അലസമായൊന്ന് തലകുലുക്കി. നാലി എപ്പോൾ സൂക്ഷിച്ചോണേന്ന് പറഞ്ഞാലും, ആഞ്ജി അങ്ങനെയാണ് ചെയ്യാറ്.

ആഞ്ജി, മരത്തിന്റെ നനഞ്ഞ തായ്ത്തടിയിൽ ചുറ്റിപ്പിടിച്ചു. വലത്കാൽ പൊക്കി, ഏറ്റവും താഴത്തെ കൊമ്പിൽ വെച്ചു. ഇടതുകാൽ പൊന്തിച്ച് തൊട്ടുമുകളിലെ ശാഖയിൽ വെച്ചു. തായ്ത്തടിയിൽ നിന്നും ഒരു കൈയെടുത്ത് മുകളിലെ ചില്ലയിൽ വെച്ചു. ഇപ്പോൾ നിൽക്കുന്നതിനേക്കാളും ഉയർന്ന ശിഖരത്തിലേക്ക് കയറി. അങ്ങനെ, ഞൊടിയിടയിൽ ആഞ്ജി വൃക്ഷത്തിന്റെ ഏറ്റവും മുകളിൽ, നാലി നിൽക്കുന്ന കൊമ്പിലെത്തി.

“നമുക്കിവിടെയിരിക്കാം” നാലി നിർദ്ദേശിച്ചു. അങ്ങനെ രണ്ട് അഞ്ചുവയസ്സുകാരികളും മരത്തിന്റെ ഏറ്റവും പൊക്കത്തിലുള്ള ചില്ലയിൽ ഇരിപ്പുറപ്പിച്ചു. ചില്ലയും തായ്ത്തടിയും കൂടിച്ചേരുന്ന ഭാഗത്തായിരുന്നു നാലി ഇരുന്നിരുന്നത്. അവൾ ഒരു കൈകൊണ്ട് നനഞ്ഞ തായ്ത്തടിയെ ചുറ്റിപ്പിടിച്ചു. മറുകൈകൊണ്ട് ഇരിക്കുന്ന ചില്ലയിൽ പിടിച്ചു. ആഞ്ജിയാണെങ്കിൽ ഒരു കൈ, നാലിയുടെ തോളിലിട്ടിരുന്നു. മറ്റേ കൈകൊണ്ട് ചില്ലയിൽ പിടിച്ചു.

“ഹാ! എന്ത് രസാല്ലേ?” ആഞ്ജി നാലിയെ നോക്കി ഇരുവരും പുഞ്ചിരിച്ചു.

രണ്ട് കുട്ടികളും ഉത്സാഹത്തോടെ കാലാട്ടി. അവർ ചുറ്റും നോക്കി. കാടിന്റെ മഴക്കാഴ്ച ആസ്വദിച്ചു. വൃക്ഷത്തലപ്പുകളിലും, പൊന്തക്കാടുകളിലും, ചെറുചെടികളിലും, വള്ളിപ്പടർപ്പുകളിലും മഴയുടെ താളം.

മെല്ലെ മെല്ലെ, മഴ തോർന്നു. എങ്കിലും, മരങ്ങൾ പെയ്യുന്നത് നോക്കി ആഞ്ജിയും നാലിയും ഇരിപ്പ് തുടർന്നു.

കാടിന്റെ മുകളിൽ മൂവന്തിച്ചുവപ്പ് ഒഴുകിപ്പരന്നു. പതിയെ ആ ചുവപ്പ് അലിഞ്ഞലിഞ്ഞില്ലാതായി. രാത്രി കടന്നുവന്നു. ഇരുട്ട് പുറത്തുചാടി. സ്വതവേ വെട്ടം കുറഞ്ഞ കാട് ഒന്ന്കൂടി ഇരുണ്ടു. അന്തിച്ചുവപ്പിന്റെ സ്ഥാനത്ത് വെൺനിലാവ് പടർന്നു.

കാട് രാവിന്റെ ഭാവം പൂണ്ടു. രാക്കിളികൾ പാടി. അകലെ, പുഴയോരത്ത് നിന്നും തവളകൾ കച്ചേരി തുടങ്ങി. എന്നും കാണുന്നതെങ്കിലും, കാടിന്റെ മായിക സൗന്ദര്യത്തിൽ ലയിച്ച്, ആഞ്ജിയും നാലിയും അങ്ങനെയിരുന്നു. മരങ്ങളും പതുക്കെ പെയ്ത്ത് തോരുകയാണ്.

പെട്ടെന്ന്, താഴത്തെ കാട്ടുപാതയിൽ കാൽപെരുമാറ്റം കേട്ടു. ആഞ്ജിയും നാലിയും കാര്യമാക്കിയില്ല. ആര് വേണമെങ്കിലും വരട്ടെ കാട് സുരക്ഷിതമാണ്.

"ആഞ്ജീ! ഓ, നാലിയുമുണ്ടോ! ആഞ്ജീ!" താഴെ നിന്നും പരിചയമുള്ള ശബ്ദത്തിൽ ആരോ ഉറക്കെ വിളിച്ചു. ആഞ്ജിയും നാലിയും താഴേക്ക് നോക്കി ഓ, പെഡ്രോയാണ്.

"എന്താ, പെഡ്രോ?" ആഞ്ജി വിളിച്ചുചോദിച്ചു.

"എന്താന്നോ! പാതിരാത്രി മഴയും നനഞ്ഞ് മരത്തിന്റെ മണ്ടയിൽ കയറിയിരുന്നിട്ട്! രണ്ടാളും ഇങ്ങിറങ്ങി വന്നേ!" പെഡ്രോ വിളിച്ചുപറഞ്ഞു.

"ഞാനും വരണോ?" നാലി ചോദിച്ചു.

"നിന്നെ അമ്മ അന്വേഷിക്കുന്നുണ്ട്." പെഡ്രോ പറഞ്ഞു. ആഞ്ജിയും നാലിയും നിരാശയോടെ പരസ്പരം നോക്കി. എന്നിട്ട് മനസ്സില്ലാമനസ്സോടെ മരത്തിൽ നിന്നിറങ്ങാൻ തുടങ്ങി.

ഒരുപാട് സമയം മഴകൊണ്ട് കിടന്നതിനാൽ, മരക്കൊമ്പുകളിൽ നല്ല വഴുക്കലുണ്ടായിരുന്നു. ഒരു വട്ടം നാലിയുടെ കാൽ വഴുതി. ഭാഗ്യത്തിന് അവൾക്ക് അടുത്തുള്ള ശാഖയിൽ പെട്ടെന്ന് പിടുത്തം കിട്ടി.

"സൂക്ഷിച്ച്" പെഡ്രോ പറഞ്ഞു. അവൻ വേഗം മരത്തിൽ കയറി, രണ്ട് കുട്ടികളെയും താഴെയിറക്കി.

"കുറച്ച് സമയം കൂടി മരത്തിൽ നിൽക്കാമായിരുന്നു." താഴെയെത്തിയതും ആഞ്ജി പിറുപിറുത്തു.

"സമയമെത്രയായെന്നറിയോ? പന്ത്രണ്ടര!" പെഡ്രോ പറഞ്ഞു. ആഞ്ജിയും നാലിയും അത്ഭുതപ്പെട്ട് പരസ്പരം നോക്കി.

"വാ... വാ.." പെഡ്രോ ആഞ്ജിയുടെയും നാലിയുടെയും കൈപിടിച്ച് നടന്നു.

ആഞ്ജിയുടെ മൂത്ത സഹോദരനാണ് പതിനഞ്ചുകാരനായ പെഡ്രോ. ആഞ്ജിയുടെ വീട്ടിൽ അവളും പെഡ്രോയും മാത്രമേയുള്ളൂ. അച്ഛന്റേയോ അമ്മയുടെയോ മുഖം പോലും അവളുടെ ഓർമയിലില്ല.

ആഞ്ജി ചിലപ്പോഴൊക്കെ ചോദിക്കാറുണ്ട്: "പെഡ്രോ നമ്മുടെ അച്ഛനമമ്മയ്ക്കുമെന്താ പറ്റിയത്?"

"അവർ പോയി, ആഞ്ജി" പെഡ്രോ പറയും.

"എവിടെ പോയതാ?" ആഞ്ജി ആകാംക്ഷയോടെ ചോദിക്കും.

"അവർ ദൂരെ ദൂരെ ദൂരെയൊരു ലോകത്തേക്ക് പോയി..." ഇത് പറയുമ്പോൾ പെഡ്രോയുടെ കണ്ണുകളിൽ അഗാധമായ ഒരു വിഷാദം തെളിയും. അവൻ നെടുവീർപ്പിടും.

"പെഡ്രോ, നിന്നെയിങ്ങനെ കാണുന്നതെനിക്കിഷ്ടമല്ല" ആഞ്ജി മുഖം വീർപ്പിക്കും. ഉടനെ, പെഡ്രോ വീണ്ടും സന്തോഷവാനാകാൻ ശ്രമിക്കും.

ആഞ്ജിയെയും നാലിയെയും കൂട്ടി, നനഞ്ഞ മണ്ണിലൂടെ പെഡ്രോ നടന്നു. വഴിനീളെ മൂവരും നിശബ്ദരായിരുന്നു.

അവർ ഒരു പാറക്കെട്ടിന് മുന്നിലെത്തി. കറുത്ത നിറമുള്ള പുറത്തോട്ട് തള്ളിനിൽക്കുന്ന ആ പാറക്കെട്ട് എളുപ്പം കയറിയിറങ്ങി, അവർ താഴെ, ഗ്വാജജാര ഗോത്രവർഗക്കാർ പാർക്കുന്ന പുൽക്കുടിലുകൾ പരക്കെ ചിതറിക്കിടക്കുന്നിടത്തേക്ക് നടന്നു.

കുടിലുകൾ ഇരുട്ടിലായിരുന്നു. കാടിന്റെ മക്കൾ ഉറക്കത്തിലായിരുന്നു. ചുരുക്കം ചില കുടിലുകളുടെ മുറ്റത്ത് മാത്രം അപ്പോഴും തീയെരിയുന്നുണ്ടായിരുന്നു.

ആഞ്ജിയും പെഡ്രോയും നാലിയും വെളിച്ചമുള്ള കുടിലുകളിലൊന്നിന്റെ മുന്നിലെത്തി. അവിടെ, മുറ്റത്ത് ഒരു സ്ത്രീ നിന്നിരുന്നു. കറുത്ത മുടിയും തവിട്ട് നിറവുമുള്ള ആ സ്ത്രീയുടെ കൈകളിൽ ഒരു ഓമനക്കൈക്കുഞ്ഞ് കിടന്നിരുന്നു. പാതികൂമ്പിയ താമരക്കണ്ണുകളുള്ള, ആറ് മാസം പ്രായമുള്ള ഒരു പെൺകുഞ്ഞ് നാലിയുടെ ഏകസഹോദരി.

"വാവേ... ഉറക്കം വരുന്നുണ്ടോ?" ആഞ്ജി വാത്സല്യത്തോടെ വിളിച്ചു. കുഞ്ഞുവാവ മിലാനി, ഉറക്കം വന്ന് ചിമ്മുന്ന കണ്ണുകളാലെ

ആഞ്ജിയെ നോക്കി. പെഡ്രോ വാത്സല്യത്തോടെ മിലാനിയുടെ നെറുകയിൽ തലോടി.

“നീയെവിടാരുന്നു നാലി?” അമ്മ ചോദിച്ചു. നാലി ഒന്നും പറഞ്ഞില്ല. “നീ മഴ നനയുകയായിരുന്നു അല്ലേ?” അമ്മയുടെ സ്വരം കടുത്തു.

“അത് പിന്നെ...പിന്നെ അമ്മേ.. അത്...” നാലിയുടെ ശബ്ദം പതറി.

“നിന്നെ എവിടെല്ലാം തിരഞ്ഞെന്നറിയാമോ?” അമ്മയുടെ ഒച്ച പൊങ്ങി. പാതിമയക്കത്തിലേക്ക് വഴുതിവീഴുകയായിരുന്ന കുഞ്ഞുമിലാനി ഒന്ന് ഞെട്ടി. നാലി സഹായമപേക്ഷിക്കുന്നൊരു നോട്ടം പെഡ്രോയുടെ നേരെ എറിഞ്ഞു.

“അത്... സാരമില്ലെന്നേ... ചെറിയ കുട്ടികളല്ലേ...” പെഡ്രോ ഒരു ചിരി വരുത്താൻ ശ്രമിച്ചുകൊണ്ട് പറഞ്ഞു.

“ഉം, കൊള്ളാം, കൊള്ളാം...” നാലിയുടെ അമ്മ ഗൗരവത്തോടെ മെല്ലെ പറഞ്ഞിട്ട്, അവളുടെ കൈയും പിടിച്ച്, അകത്തേക്ക് പോയി. പോകുന്ന പോക്കിൽ തിരിഞ്ഞുനോക്കി, നാലി പുഞ്ചിരിച്ചുകൊണ്ട് കൈവീശി.

ആഞ്ജിയും പെഡ്രോയും തൊട്ടപ്പുറത്തുള്ള തങ്ങളുടെ കുടിലിൽ കയറി. ഇടുങ്ങിയ ജാലകത്തിലൂടെ അരിച്ചെത്തിയ നിലാവ് തണുത്ത കുടിലിനകത്ത് വെട്ടം വിതറി. നേരിയ, അരണ്ട വെളിച്ചം. നല്ല തണുപ്പുണ്ട്. ആഞ്ജി നനഞ്ഞ വസ്ത്രമൊക്കെ മാറ്റി.

തണുതണുത്ത നിലത്ത് തുണി വിരിച്ച്, അവിടവിടെ കീറിയതെങ്കിലും, നല്ല കട്ടിയുള്ള പുതപ്പും പുതച്ച് അവരുറങ്ങാൻ കിടന്നു.

“കഥ” ആഞ്ജി മന്ത്രിച്ചു.

“ഇന്ന് കഥയില്ല. നേരം ഒരുപാടായി.” പെഡ്രോയുടെ ശബ്ദത്തിൽ ഉറക്കം കിനാവ് കാണുന്നുണ്ടായിരുന്നു.

“എന്ത്? കഥ പറ പെഡ്രോ.” ആഞ്ജി വാശിപിടിച്ചു.

“കിടന്നുറങ്ങാൻ നോക്കെന്റെ ആഞ്ജി...” പെഡ്രോ തിരിഞ്ഞ് കിടന്നു.

“ഇല്ല! കഥ. കഥ! കഥ!” ആഞ്ജിയുടെ ശബ്ദം ഉയർന്നു. അവൾ പെഡ്രോയെ പിടിച്ച് കുലുക്കി.

“ഓ, ശരി, ശരി!” പെഡ്രോ നിവർത്തിയില്ലാതെ വീണ്ടും തിരിഞ്ഞ്കിടന്നു.

“പറ..” ആഞ്ജി ചെവി കൂർപ്പിച്ചു.

“ഒരു കുഞ്ഞരുവി. അതിൽ രണ്ട് മീനുകളുണ്ടായിരുന്നു.” പെഡ്രോ പറഞ്ഞ് തുടങ്ങി.

“മീനുകളുടെ പേരെന്താ?” ആഞ്ജി ഇടയ്ക്ക് കയറി.

“പേര്...” പെഡ്രോ അൽപമൊന്നാലോചിച്ചു. എന്നിട്ട് പറഞ്ഞു. “നിമ്മും ലിമ്മും.”

“നിമ്മിന്റെ അനിയത്തിയായിരുന്നില്ലേ ലിം?” ആഞ്ജി ചോദിച്ചു.

“അതെയതെ. ഒരു ദിവസം അവർ രണ്ടുപേരുംകൂടി ഒരു യാത്രപോയി.”

“എങ്ങോട്ട്?” ആഞ്ജി പിന്നെയും ഇടയ്ക്ക് കയറി.

“എങ്ങോട്ടായിരിക്കും?” പെഡ്രോ തന്ത്രപൂർവ്വം ചോദിച്ചു.

“അമ്മയുമച്ഛനും പോയിടത്തേക്കാണോ?” ആഞ്ജി ആകാംക്ഷയോടെ ചോദിച്ചു. പെഡ്രോ ഒന്ന് ഞെട്ടി. അവൻ പെട്ടെന്ന് നിശബ്ദനായി. ആ പതിവ് വിഷാദം അവന്റെ മിഴികളിൽ വന്ന് നിറഞ്ഞു. അവന്റെ കണ്ണുകൾ നിറഞ്ഞു. മനസിൽ ചോര പുരണ്ട ആ ഓർമ്മച്ചിത്രങ്ങൾ തെളിഞ്ഞു.

“പെഡ്രോ? പെഡ്രോ, നീ കരയുകയാണോ?” ആഞ്ജിയുടെ ആശ്ചര്യം നിറഞ്ഞ ശബ്ദം കേട്ടാണ് പെഡ്രോ ഓർമകളിൽ നിന്നുണർന്നത്. അപ്പോഴാണവനറിഞ്ഞത്, ഒരു കണ്ണുനീർമുത്ത് അവന്റെ വലത്കവിളിലൂടെ ഓടിയിറങ്ങുകയായിരുന്നുവെന്ന്.

പെഡ്രോ പെട്ടെന്ന് അത് തുടച്ചുകളഞ്ഞു.

“വേണ്ട, പെഡ്രോ. കഥ വേണ്ട. ഞാൻ നല്ല കുട്ടിയായി ഉറങ്ങിക്കോളാം..” ആഞ്ജി പേടിച്ചരണ്ട ശബ്ദത്തിൽ പറഞ്ഞു. പെഡ്രോ അത്ഭുതത്തോടെ അവളെ നോക്കി. അവൾ കണ്ണുകളടച്ചു.

2
തീപ്പക്ഷി

നേരം പുലർന്നു. ചുകോട്ക.. ഗ്രാമം ഉണർന്ന് തുടങ്ങി. വടക്ക് കിഴക്കൻ റഷ്യയിലെ ആ ഗ്രാമം മഞ്ഞണിഞ്ഞുകിടന്നു.

മാഷ മെല്ലെ കണ്ണ് തുറന്നു. അവളുടെ മെത്തയ്ക്കരികിലെ ജനാലയിലൂടെ സൂര്യന്റെ നേർത്ത സ്വർണവെളിച്ചം പാറിവന്ന് അവളുടെ മുഖത്ത് തട്ടി. നല്ല തണുപ്പുണ്ട്. മാഷ, പുതപ്പ് ഒന്ന് കൂടി വലിച്ചിട്ട് കണ്ണടച്ച് തിരിഞ്ഞുകിടന്നു. ആഹാ, എന്താ സുഖം... അവൾ തന്നത്താൻ മന്ദഹസിച്ചു.

"മാഷാ... മാഷാ..." അപ്പുറത്ത് നിന്നും അമ്മയുടെ വിളിവന്നു. മാഷ തലയിണയിൽ മുഖമമർത്തി. "മാഷാ! എഴുന്നേൽക്കാറായില്ലേ നിനക്ക്?" അമ്മ അടുത്തുവന്നു.

മാഷ ഗാഢനിദ്ര അഭിനയിച്ച് കിടന്നു.

"മാഷാ, നീയുണർന്നില്ലേ?" അമ്മ ചോദിച്ചു. മാഷ ഉറക്കം നടിച്ചു. "ഹാ.." അമ്മ ദീർഘമായി നിശ്വസിച്ചു. "പാവം ആ ചിത്രപുസ്തകം അവളെക്കാത്ത് മടുത്തുകാണും." അമ്മ ഒരു കള്ളച്ചിരിയോടെ പറഞ്ഞു.

"എന്ത്?" മാഷ, അഭിനയമെല്ലാം മറന്ന് ചാടിയെണീറ്റു.

"ഇപ്പൊ നിന്റെ ഉറക്കമെവിടെപ്പോയി, കള്ളിപ്പെണ്ണേ?" അമ്മ ചിരിച്ചുകൊണ്ട് ചോദിച്ചു.

"അമ്മാ, ചിത്രപുസ്തകമെവിടെ?" മാഷ ചെവി മുതൽ ചെവി വരെ ചിരിച്ചുകൊണ്ട് ചോദിച്ചു.

"ആവോ... എനിക്കറിയില്ല" അമ്മ ഇതും പറഞ്ഞ് തിരിഞ്ഞ് നടക്കാൻ ഭാവിച്ചു.

"പറ അമ്മാ പ്ലീസ്... മാഷ അമ്മയെ പിടിച്ച് നിർത്തി."

"മേശപ്പുറത്തെങ്ങാനും കാണും..." അമ്മ പറഞ്ഞു.

മാഷ പുതപ്പ് വലിച്ചുമാറ്റി, കിടക്കയിൽ നിന്നും ചാടിയിറങ്ങി. അവൾ ഓടി സ്വീകരണമുറിയിലെത്തി. അവൾ അവിടത്തെ മേശയ്ക്കരികിൽ നിന്നു. മേശപ്പുറത്ത് ഒരു കൊച്ചു ചിത്രപുസ്തകം കിടന്നിരുന്നു.

"ഇന്നലെ, ഞാനുറങ്ങിക്കഴിഞ്ഞാണല്ലേ അച്ഛൻ വന്നത്? അച്ഛൻ കൊണ്ടുവന്നതാ ഇത്?" മാഷ ചോദിച്ചു. അങ്ങോട്ടേക്ക് വന്ന അമ്മ തലകുലുക്കി.

മാഷ, ചിത്രപുസ്തകവും കൈയിലെടുത്ത് അടുത്ത്കിടന്ന കസേരയിലിരുന്നു.

"ങ്ഹാ! ഇപ്പൊത്തന്നെ വായിക്കാനിരിക്കുകയാ? പോയി പല്ലൊക്കെ തേച്ചിട്ട് വാ" അമ്മ പറഞ്ഞു. മാഷ അനങ്ങിയില്ല.

"പോയി, പല്ലൊക്കെ തേച്ച്, മിടുക്കിക്കുട്ടിയായി വാ." അമ്മ പറഞ്ഞു. മാഷ മനസ്സില്ലാമനസ്സോടെ ചിത്രപുസ്തകം തിരികെ മേശപ്പുറത്ത് വെച്ച് പല്ല് തേക്കാനോടി.

പല്ലു തേപ്പൊക്കെ കഴിഞ്ഞ് തിരികെ വന്ന മാഷ ചിത്രപുസ്തകവുമെടുത്ത്, സോഫയിലിരുന്നു. ഉത്സാഹത്തോടെ വായന തുടങ്ങി. ആ അഞ്ച് വയസ്സുകാരിയുടെ വായന കണ്ട് അമ്മ പുഞ്ചിരിച്ചു. മാഷയുടെ ചെവിക്ക് താഴെ വെച്ച് മുറിച്ചിട്ട സ്വർണ്ണത്തലമുടി തിളങ്ങി. അവളുടെ തിളങ്ങുന്ന നീലക്കണ്ണുകൾ, ഓരോ താളുകളിലൂടെ സഞ്ചരിക്കുമ്പോഴും കൂടുതൽ കൂടുതൽ വിടർന്ന് വന്നു.

മുഴുവനും വായിച്ച് കഴിഞ്ഞ്, സംതൃപ്തിയോടെ മാഷ പുസ്തകം അടച്ചുവെച്ചു. അവൾ ചുറ്റും നോക്കി. അമ്മ അടുക്കളയിലെത്തിക്കഴിഞ്ഞു. അവൾ അടുക്കളയിലേക്ക് ചെന്നു.

"എന്താ മാഷക്കുട്ടീ? പുസ്തകം വായിച്ച്തീർത്തോ?" അമ്മ ചോദിച്ചു.

“ങാ!” മാഷ സന്തോഷത്തോടെ പറഞ്ഞു.

“മിടുക്കി” അമ്മ അഭിനന്ദിച്ചു.

“ഇതാരുടെ കഥയാന്നറിയോ അമ്മയ്ക്ക്?” മാഷ ചോദിച്ചു.

“ആരുടെ കഥയാ?” അമ്മ ചോദിച്ചു.

“ഇവാന്റെ കഥയാ.”

“ആഹാ!”

“പക്ഷേ, ഈ കഥയിലെ ഇവാൻ, നമ്മുടെ ഇവാനല്ലാട്ടോ. കഥയിലെ ഇവാന് വേറെ ഇവാനാ. രാജകുമാരൻ ഇവാൻ.”

“ഓഹോ രാജകുമാരനോ? കൊള്ളാല്ലോ!”

“അതെ, അമ്മാ. ഇവാൻ രാജകുമാരൻ മാത്രമല്ല ഈ കഥയിൽ”

“പിന്നെയാരൊക്കെയുണ്ട്, മാഷക്കുട്ടീ?”

“തീപ്പക്ഷി, പിന്നെ രാജാവ്, കുതിര, താഷ രാജകുമാരി, ചെന്നായ...”

“മോൾക്കാരെയാ ഏറ്റവുമിഷ്ടം?”

“ഇവാൻ രാജകുമാരനെ. താഷയേയുമിഷ്ടമാ. താഷ രാജകുമാരി നല്ലവളാ. തീപ്പക്ഷിയേയും ഇഷ്ടം തന്നെ. അവന് ഒത്തിരി നിറങ്ങളുണ്ട്. കുതിരയും നല്ല രസികനാ. അവനേയ്, സ്വർണക്കുഞ്ചി... രോമമുള്ള ഒരു വെള്ളക്കുതിരയാ. ചെന്നായയെയും എനിക്കിഷ്ടമാ. അമ്മാ അവനൊരു പാവമാ. അവന് മാന്ത്രിക ശക്തികളുണ്ട്. ഓഹ്! എനിക്കവരെയൊക്കെ ഇഷ്ടാ!”

“ഉം! ഇനിയെന്റെ മോൾ വന്ന് ഭക്ഷണം കഴിക്ക്” അമ്മ പ്രാതൽ എടുത്തുവെച്ചു.

മാഷ വെണ്ണ പുരട്ടിയ റൊട്ടി കഴിച്ചു.

യൂണിഫോമും സ്വെറ്ററും തൊപ്പിയും ബൂട്ട്സുമെല്ലാം ധരിച്ച് അമ്മയുടെ കൈയും പിടിച്ച് മാഷ വീട്ടിൽ നിന്നിറങ്ങി. അവർ രണ്ടുപേരും കൈയുറകൾ അണിഞ്ഞിരുന്നു. അമ്മ, മാഷയുടെ കൊച്ചുബാഗ് കൈയിൽ പിടിച്ചിട്ടുണ്ടായിരുന്നു. പൂച്ചക്കുട്ടിയുടെ പടമുള്ള സുന്ദരൻബാഗ്.

മുറ്റത്ത് വെളുത്ത മഞ്ഞ് കനത്തിൽ കിടന്നു. മഞ്ഞിലൂടെ നടന്ന് അവർ മുന്നിലെ റോഡിനരികിലെത്തി വെള്ള നിറമാർന്ന

മഞ്ഞിന്റെ പുതപ്പിനിടയിലൂടെ ഒരു കറുത്ത രേഖയായി റോഡ് കടന്നുപോയി.

മാഷയുടെ സ്കൂൾബസ് അകലെ നിന്നും പറഞ്ഞ് വന്ന്, അവരുടെ മുന്നിൽ നിന്നു. ബസിന്റെ വാതിൽ തുറന്നു. അമ്മ, ബാഗ് മാഷയുടെ കൈയിൽ കൊടുത്തു. മാഷ, അത് ചുമലിലിട്ട്, അമ്മയുടെ കവിളിൽ ചുംബിച്ചു. അമ്മ അവളുടെ നെറ്റിയിൽ ഉമ്മ വെച്ചു.

"ബൈ, അമ്മാ..." മാഷ ഉൻമേഷത്തോടെ ബസ്സിലേക്ക് കയറി. തന്റെ പതിവ് സീറ്റിൽ ചെന്നിരുന്നു. ജനാലയ്ക്കരികിലെ സീറ്റിലിരുന്ന് അവൾ പുറത്തേക്ക് നോക്കി. അമ്മ കൈവീശി, അവളും.

ബസ് ഓടിത്തുടങ്ങി.

"ഹലോ മാഷ" തൊട്ടുമുന്നിലെ സീറ്റിൽ നിന്നും എത്തിനോക്കി, നാലാം ക്ലാസിൽ പഠിക്കുന്ന ഒരു കുട്ടി പറഞ്ഞു.

"ഹായ്, അല്യോഷ" മാഷ പറഞ്ഞു.

സ്കൂൾ ബസ് അടുത്ത വീടിന് മുന്നിൽ നിർത്തിയതും ഒരു അഞ്ച് വയസ്സുകാരൻ ബസ്സിൽ കയറി.

"ഹായ്, ഇവാൻ" മാഷ ഉത്സാഹത്തോടെ പറഞ്ഞു.

"ഹായ്" അവൻ അവളുടെയടുത്തിരുന്നു.

"പിന്നേയ്, അച്ഛനൊരു പുസ്തകം കൊണ്ടുവന്നു" മാഷ പറഞ്ഞു.

"എന്താ കഥയുടെ പേര്?" ഇവാന് ആകാംക്ഷയായി.

"തീപ്പക്ഷി. അതിലെ രാജകുമാരന്റെ പേരെന്താന്നറിയോ? ഇവാൻ."

"ആണോ? കഥ പറഞ്ഞുതാ." ഇവാന് താല്പര്യമായി. അങ്ങനെ, മാഷ അവന് തീപ്പക്ഷിയുടെ കഥ പറഞ്ഞുകൊടുത്തു. അപ്പോഴേക്കും ബസ് സ്കൂളിലെത്തി.

"....അങ്ങനെ, ഇവാൻ രാജകുമാരനും താഷ രാജകുമാരിയും ഒരുപാട് കാലം സുഖമായി ജീവിച്ചു." സീറ്റിൽ നിന്നും എഴുന്നേറ്റുകൊണ്ട് മാഷ കഥ അവസാനിപ്പിച്ചു. "കഥ ഇഷ്ടപ്പെട്ടോ?" ബസ്സിൽ നിന്നിറങ്ങുമ്പോൾ മാഷ ചോദിച്ചു.

"നല്ല കഥ" ഇവാൻ പറഞ്ഞു.

മാഷയും ഇവാനും ക്ലാസ്സുറിയിലേക്ക് നടന്നു. അവർ ഒന്നാം ക്ലാസുകാരാണ്. ഒന്നാംക്ലാസ് പതിവുപോലെ ശബ്ദമുഖരിതമായിരുന്നു.

മാഷയും ഇവാനും കളിതുടങ്ങി. അവരുടെ അധ്യാപിക മാഡം നിവാൻക കടന്നുവന്നതും എല്ലാവരും ഇരിപ്പിടങ്ങളിലേക്ക് മടങ്ങി.

"ഗുഡ്മോണിംഗ് കുഞ്ഞുങ്ങളേ" മാഡം നിവാൻക പറഞ്ഞു.

"ഗുഡ്മോണിംഗ് മാഡം നിവാൻക" കുട്ടികൾ പാടി.

"ഞാനിന്നൊരു കഥ പറയാം." മാഡം നിവാൻക പറഞ്ഞു.

കുട്ടികൾ താല്പര്യത്തോടെ നേരെയിരുന്നു.

"ആരുടെ കഥയാ മാഡം നിവാൻക?" നോവ ആകാംക്ഷയോടെ ചോദിച്ചു.

"തീപ്പക്ഷിയുടെ കഥ" മാഡം നിവാൻക പറഞ്ഞു. മാഷയുടെ നീലക്കണ്ണുകൾ വിടർന്നു. "ആർക്കെങ്കിലും ആ കഥയറിയാമോ?" മാഡം നിവാൻക ചോദിച്ചു. മാഷയും ഇവാനും കൈ പൊക്കി. "ആഹാ, നമ്മുടെ മിടുക്കിക്കുട്ടി മാഷയും മിടുക്കനായ ഇവാനുമാണല്ലോ. നിങ്ങളീ കഥ നിങ്ങളുടെ കൂട്ടുകാർക്ക് പറഞ്ഞുകൊടുക്കണം." മാഡം നിവാൻക പറഞ്ഞു.

"അയ്യോ! എനിക്ക് പറ്റില്ല, മാഡം നിവാൻക" ഇവാൻ പെട്ടെന്ന് കൈ താഴ്ത്തി.

"ഞാൻ പറയാം" മാഷ എഴുന്നേറ്റു.

"ങാ, മാഷ ഇങ്ങോട്ട് വന്നേ" മാഡം നിവാൻക വിളിച്ചു. മാഷ അവരുടെ മേശയ്ക്കരികിൽ ചെന്നുനിന്നു. "ഇന്ന് നമ്മുടെ മാഷക്കുട്ടി നമുക്കൊരു കഥ പറഞ്ഞുതരും..." മാഡം നിവാൻക മാഷയുടെ ഇരിപ്പിടത്തിലിരുന്നു. അധ്യാപികയുടെ സ്ഥാനത്ത് കുഞ്ഞുമാഷയും നിന്നു.

മാഷ, തന്റെ മുന്നിരിക്കുന്ന ഇരുപത് കുട്ടികൾക്കും അധ്യാപികയ്ക്കും തീപ്പക്ഷിയുടെ കഥ പറഞ്ഞുകൊടുത്തു. കഥ തീർന്നതും എല്ലാവരും കൈയടിച്ചു.

“വെരിഗുഡ് മാഷ, വെരിഗുഡ്” മാഡം നിവാൻക പുഞ്ചിരിച്ചുകൊണ്ട് അവളുടെയടുത്തെത്തി. “നീ വളരെ നന്നായി കഥ പറഞ്ഞു.” അവർ അവളുടെ തലയിൽ തലോടി. “നീയൊരു നല്ല കുട്ടിയാണ്.” മാഡം നിവാൻക പറഞ്ഞു. മാഷയുടെ കൊച്ചുകവിളുകൾ ചുവന്നു.

3
ഇരുണ്ട മാളം

കൊച്ചുസൂര്യന്റെ വെളിച്ചത്തിന്റെ ചീളുകൾ പൈൻമരങ്ങൾക്കിടയിലൂടെ കാടിന്റെ നെഞ്ചിൽ വന്ന് പതിച്ചു. പുൽനാമ്പുകൾ മിന്നാൻ തുടങ്ങി.

ആഞ്ജി പൈൻമരങ്ങളുടെ താഴത്തെ പുൽപ്പരപ്പിലൂടെ തനിയെ ഓടിക്കളിക്കുകയാണ്. അവളുടെ നീണ്ട കറുത്ത തലമുടി പാറിക്കളിച്ചു. അവളുടെ നല്ല തവിട്ട് നിറമുള്ള കവിളുകളിലും, കറുത്ത മിഴികളിലും സൂര്യവെളിച്ചം തത്തിക്കളിച്ചു.

ആഞ്ജി ഒരു പൈൻമരത്തിന് നേരെ ഓടിച്ചെന്നു കൈനീട്ടി, ആ മരത്തെ ഒന്ന് ചുറ്റി, വീണ്ടും ഓടി അടുത്ത മരത്തെ വലംവെച്ചു. നനഞ്ഞ ഇളംപുൽനാമ്പുകളിലൂടെ അവൾ ഓടിക്കളിച്ചു.

ഓടിയോടി, അവൾ പുഴയോരത്തെത്തി. നദി തെളിവെള്ളവുമായി പരന്ന്കിടന്നു. നദിക്കരയിൽ തവിട്ട് നിറമുള്ള മണൽ നേരിയ ചൂടോടെ കിടന്നു.

ആഞ്ജി അവിടെ നിന്നു. അവൾ നോക്കിനിൽക്കെ, നദീജലം ഇളകാൻ തുടങ്ങി. ആഞ്ജി സൂക്ഷിച്ചുനോക്കി. പുഴയിൽ നിന്നും ഒരുപറ്റം ആമകൾ പൊന്തിവന്നു. അവ മണൽപരപ്പിലേക്ക് കയറി.

ആഞ്ജിയ്ക്ക് കൗതുകമായി. ഇളംപിങ്കും, ചന്ദനവർണവും കലർന്ന, വഴുവഴുപ്പുള്ള തൊലിയും, കറുത്ത പുറംതോടുമുള്ള തടിച്ച

ആമകൾ. അവ മണൽപരപ്പിലൂടെ നീങ്ങുമ്പോൾ, അവയുടെ പരന്ന പാദങ്ങൾ തട്ടി, മണലിൽ അടയാളങ്ങൾ പ്രത്യക്ഷപ്പെട്ടു.

ആമകൾ അതിവിദഗ്ധമായി മണലിൽ കുഴികളുണ്ടാക്കി.

ആഞ്ജി താല്പര്യത്തോടെ മണലിൽ ഇരുന്നു. ആമകൾക്ക് ഒരു ശല്യമാകേണ്ട എന്ന് കരുതി അവൾ അൽപമകലെയാണ് ഇരുന്നത്.

ആമകൾ കുഴികളിലങ്ങനെ കിടന്നു മുട്ടയിടുകയാവും. ആഞ്ജി വിചാരിച്ചു. ആമകൾ കിടന്ന കുഴികൾ ആമ മുട്ടകൾ കൊണ്ട് നിറഞ്ഞു.

എന്നിട്ട് മെല്ലെ കുഴികളിൽ നിന്നും കയറി, ആമകൾ അവ മണലിട്ട മൂടി. ശേഷം കുണുങ്ങിക്കുണുങ്ങിച്ചെന്ന് നദീജലത്തിൽ അപ്രത്യക്ഷരായി.

കുറച്ച് ആമകൾ അവിടെത്തന്നെ കിടന്ന് വെയിൽ കാഞ്ഞു. പെട്ടെന്നാണ് കുറ്റിക്കാട്ടിൽ നിന്നും ഒരു മൃഗം ചാടിവീണത്. ഒരു പുലി. ജാഗ്വാർ. ആഞ്ജി ഞെട്ടിപ്പോയി.

പുലിയുടെ സാന്നിധ്യമറിഞ്ഞതും ആമകൾ ധൃതിയിൽ നദിയിലിറങ്ങി ദൂരേക്ക് നീന്തിപ്പോയി. ജാഗ്വാർ ആഞ്ജിയ്ക്ക് നേരെ തിരിഞ്ഞു. അവൾ ചാടിയെണീറ്റു.

അവളുടെ കൊച്ചുഹൃദയം തുള്ളാൻ തുടങ്ങി. ജാഗ്വാർ മെല്ലെ അവളുടെ അടുത്തേക്ക് അടിവെച്ചു. അതിന്റെ മിഴികളിൽ വിശപ്പ് ജ്വലിച്ചിരുന്നു. ആഞ്ജി മെല്ലെ പിന്നോട്ട് പിന്നോട്ട് അടിവെച്ചു.

ജാഗ്വാർ മെല്ലെ മുന്നോട്ട്. ആഞ്ജി മെല്ലെ പിന്നോട്ട് ഒരു നിമിഷം! ആഞ്ജി ഞൊടിയിടയിൽ തിരിഞ്ഞ് ഓടി. ഒരു നിമിഷം നിശ്ചലനായ പുലി ഒറ്റക്കുതിപ്പ്. ആഞ്ജി കുതിച്ചു. ജാഗ്വർ അവളുടെ പിന്നാലെ കുതിച്ചു.

ആഞ്ജി കഴിയുന്നത്ര വേഗത്തിൽ ഓടി. പക്ഷേ, ഒരു അഞ്ച് വയസ്സുകാരിക്ക് എങ്ങനെ വമ്പൻ ജാഗ്വാറിനെ ഓടിത്തോൽപിക്കാൻ കഴിയും? ജാഗ്വാർ അടുത്തെത്തി.

മുന്നിലൊരു പാറയിടുക്ക് കണ്ടു. ആഞ്ജി അതിനകത്തേക്ക് ചാടി. പുലി പിന്നാലെ കയറാൻ ശ്രമിച്ചു. പക്ഷേ കുഞ്ഞു ആഞ്ജി നുഴഞ്ഞുകയറിയ ഇടുക്കിനടിയിലെ മാളത്തിലേക്ക് കയറാൻ

പുലിയ്ക്ക് കഴിഞ്ഞില്ല. തടിയൻ പുലി നിരാശനായി. ആഞ്ജി ഇരുണ്ട ഇടുക്കിൽ നിന്ന് ചുറ്റും നോക്കി. ആദ്യമായിട്ടായിരുന്നു അവളൊരു മാളത്തിലെത്തുന്നത്. അവൾ വല്ലാതെ കിതയ്ക്കുന്നുണ്ടായിരുന്നു. ഓടിയോടി അവളുടെ കാലുകൾ വിറയ്ക്കുന്നുണ്ടായിരുന്നു.

പെട്ടെന്ന് മുന്നിൽ ഒരനക്കം. ആഞ്ജി കണ്ണൊന്ന് ചിമ്മിത്തുറന്ന്, സൂക്ഷിച്ച് നോക്കി. കാരൻഗുജേയ്റ! ഒരു കാരൻഗുജേയ്റ! ദേഹത്ത് നിറയെ രോമങ്ങളുള്ള തടിയൻ വിഷച്ചിലന്തി. വളരെ അപകടകാരികളായ ഒരിനം എട്ടുകാലിയാണ് കാരൻഗുജേയ്റ. ആഞ്ജി ഭയപ്പാടോടെ ഒന്നുകൂടി ചുറ്റും നോക്കി.

മണ്ണിലെയും പാറയിലെയും കൊച്ചുകൊച്ചു വിടവുകളിൽ നിന്നും ഒത്തിരിയൊത്തിരി കറുത്ത ചിലന്തികൾ പുറത്തേക്ക് വന്നു. ആഞ്ജി ഞെട്ടി. അവളുടെ കുഞ്ഞുശരീരം കിടുകിടാ വിറച്ചു. എങ്ങോട്ടോടും? അപകടകാരികളായ കാരൻഗുജേയ്റകൾ നിറഞ്ഞ മാളത്തിലാണ് വന്ന്പെട്ടിരിക്കുന്നത്. ചുറ്റും ചിലന്തികളാണ്. ഓടാൻ കഴിയില്ല.

വിഷച്ചിലന്തികൾ പതുക്കെപ്പതുക്കെ ആഞ്ജിയുടെ അടുത്തേക്ക് നീങ്ങി. അവൾ പേടിച്ച് വിളറി. രക്ഷപ്പെടാൻ ഒരു വഴിയുമില്ല. കാരൻഗുജേയ്റകൾ ഇങ്ങടുത്തെത്തി.

ആഞ്ജി മണ്ണിൽ ഒരു പൊത്ത് കണ്ടു. ഇടുങ്ങിയ ഒരു ദ്വാരം അവൾ പറ്റുന്നത്ര വേഗത്തിൽ ആ മൺപൊത്തിനകത്തേക്ക് ഇഴഞ്ഞ്കയറി. അകത്ത് ഇരുണ്ട ഒരിടമായിരുന്നു. അത് വളരെ ഇടുങ്ങിയ ഒരു ഭൂഗർഭ അറപോലെ തോന്നിച്ചു.

ആഞ്ജി ഒരു മൂലയിൽ ഇരുന്നു. ദ്വാരത്തിലൂടെ ചിലന്തികൾ കയറിവരുന്നു. ആഞ്ജി മൂലയിൽ ഒരു പൂച്ചയെപ്പോലെ ചുരുണ്ടു. അവിളിരിക്കുന്ന മാളം വിഷച്ചിലന്തികളെക്കൊണ്ട് നിറയാൻ തുടങ്ങി.

4
ദിയാനയുടെ പൂച്ചക്കുട്ടി

ക്ലാസ് മുറി വരാന്തകളിലൂടെ ഒരുപാട് കുട്ടികൾ പോകുന്നുണ്ടായിരുന്നു. ചിലർ കലപില വർത്തമാനം പറഞ്ഞുകൊണ്ടും, ഇടയ്ക്കിടെ അടക്കിച്ചിരിച്ചുകൊണ്ടും നടക്കുന്നു. ചിലർ വരാന്തയുടെ അറ്റത്ത് ഇരുന്ന്, കൈനീട്ടി, മുന്നിൽ പുഷ്പിച്ച് നിൽക്കുന്ന ചെടികളെ തൊടുന്നു. ചിലർ പൊട്ടിച്ചിരിക്കുകയും ബഹളം വെക്കുകയും ചെയ്തുകൊണ്ട് ഓടിക്കളിക്കുന്നു. ആ ബഹളക്കാരുടെ കൂട്ടത്തിലായിരുന്നു മാഷയും ഇവാനും.

അവർക്കൊപ്പം സഹപാഠികളായ ലേനയും ദിയാനയും ഉണ്ടായിരുന്നു. സ്വർണത്തലമുടിയും കടുംനീലനിറമുള്ള കണ്ണുകളുമുള്ള ഇവാന്റെ അയൽക്കാരിയായിരുന്നു ലേന. ചുവന്ന നിറമുള്ള ചുരുളൻ തലമുടിയും, പച്ചനിറമാർന്ന മിഴികളുമുള്ള ഒരു കുരുന്ന്. ദിയാനയുടെ നീണ്ട തലമുടിക്ക് തവിട്ട് നിറമായിരുന്നു. കണ്ണുകൾക്ക് ഇളംനീലയും. ദിയാനയ്ക്ക് ഒരു അരുമയുണ്ട്. ഹെസാഷ് എന്ന് പേരായ ഒരു പൂച്ചക്കുട്ടി. ദിയാനയ്ക്ക് എപ്പോഴും ഹെസാഷിനെക്കുറിച്ച് പറയണം. അവളുടെ വർണന കേട്ടാൽ ഹെസാഷിനെ ഒന്ന് കാണണമെന്നാരും കൊതിച്ചുപോകും.

ഓടിക്കളിച്ച് തളർന്ന നാല് ചങ്ങാതിമാരും മുറ്റത്തേക്കിറങ്ങി. നിറയെ മഞ്ഞാണ്. അവർക്ക് കൊതിയായി. പക്ഷേ, കൊച്ചുകുട്ടികൾക്ക് മഞ്ഞിൽ കളിക്കാൻ അനുവാദമുണ്ടായിരുന്നില്ല. നിയമം തെറ്റിച്ച് കളിച്ചാലോ? കുട്ടികൾ ചുറ്റും നോക്കി. വേണ്ട; സ്കൂൾ

ലീഡറായ മുതിർന്ന കുട്ടി സാഷ, കൈയും കെട്ടിനിന്ന് വലിയ ഗൗരവത്തിൽ തങ്ങളെ നിരീക്ഷിക്കുന്നുണ്ട്.

മാഷയും ഇവാനും ലേനയും ദിയാനയും മേപ്പിൾ മരങ്ങളുടെ അടുത്തേക്ക് നടന്നു. മേപ്പിൾ മരച്ചുവട്ടിൽ മഞ്ഞിന്റെ പുതപ്പെത്തിയിട്ടില്ലാത്ത ഒരു ചെറുപുൽത്തകിടിയുണ്ട്. കുട്ടികളെല്ലാം അവിടെയിരുന്നു. നല്ല തണുപ്പുണ്ട്.

"എന്റെ ഹെസാഷിന് മഞ്ഞെന്ന് വെച്ചാൽ ജീവനാണ്." വിദൂരതയിലേക്ക് കണ്ണയച്ച്, മേപ്പിളിന്റെ തടിയിൽ ചാരിയിരുന്ന് ദിയാന തന്റെ പൂച്ചക്കുട്ടി വിശേഷം തുടങ്ങി. മാഷയും ഇവാനും ലേനയും താല്പര്യത്തോടെ കാത്കൂർപ്പിച്ചു. "ഞങ്ങളുടെ വീടിന്റെ മുറ്റത്തും മഞ്ഞ് വീണ് കിടപ്പാണ്. എല്ലാ വൈകുന്നേരവും, ഞാൻ ഹെസാഷിനെയും എടുത്ത് പുറത്തിറങ്ങും." ദിയാന ഒന്ന് നിർത്തി ചങ്ങാതിമാരെ നോക്കി.

"എന്നിട്ട്?" മാഷ ചോദിച്ചു. താൻ കേൾക്കാനാഗ്രഹിച്ച ചോദ്യം വന്നതും, ദിയാന വീണ്ടും വിദൂരതയിലേക്ക് നോക്കി, തുടർന്നു: "ഞങ്ങൾ മഞ്ഞിൽ ഓടിക്കളിക്കും. പിങ്ക് നിറമുള്ള കൊച്ചുപന്ത് എറിഞ്ഞ് കളിക്കും. പന്ത് കളിയിൽ ഒരു നായക്കുട്ടിയെക്കാൾ മിടുക്കനാണെന്റെ ഹെസാഷ്." സ്വന്തമായി ഒരു പട്ടിക്കുട്ടിയുള്ള ഇവാൻ അസ്വസ്ഥതയോടെ കാലനക്കി.

"ഞങ്ങൾ മഞ്ഞിൽ ഉരുണ്ടുകളിക്കും. ഞാൻ മഞ്ഞ് വാരി, ചെറിയ ഉരുളകളാക്കി അവന്റെ നേരെ എറിയും. അവൻ എത്ര മിടുക്കോടെയാണെന്നോ ഒഴിഞ്ഞുമാറുന്നത്!" ദിയാനയുടെ കണ്ണുകൾ തിളങ്ങി. അവൾ തുടർന്നു. "പിന്നെ ഞങ്ങൾ മഞ്ഞുമനുഷ്യനെ ഉണ്ടാക്കും. ഞാൻ മഞ്ഞുമനുഷ്യനെ ഉണ്ടാക്കിയിട്ട്, ഹെസാഷിനെയെടുത്ത് അതിന്റെ തലയിൽ വെക്കും. കളിച്ച് തളരുമ്പോൾ, ഞങ്ങൾ മഞ്ഞിൽ മലർന്ന് കിടക്കും. ഹെസാഷിന്റെ തളർച്ച നിമിഷനേരം കൊണ്ട് മാറും. ഞാൻ കിതച്ചുകൊണ്ട് മലർന്ന് കിടക്കുമ്പോൾ, അവനെന്റെ ദേഹത്ത് ഉത്സാഹത്തോടെ ചാടിക്കളിക്കും."

"നീ ഇനിയെങ്കിലും ഹെസാഷിന്റെ രൂപത്തെപ്പറ്റി പറ" മാഷ പറഞ്ഞു.

"അത് വേണ്ട" ദിയാന പറഞ്ഞു.

“പറ, ദിയാനാ... പ്ലീസ്...” മാഷ കെഞ്ചി.

“അതൊരു സർപ്രൈസാണ്.” ദിയാന എപ്പോഴും പറയാറുള്ളത് തന്നെ വീണ്ടും പറഞ്ഞു.

“ഇനിയത് പറ്റില്ല. നിന്റെ കഥകൾ കേട്ട്, കേട്ട്, ഞങ്ങൾക്ക് ഹെസാഷിനോടുള്ള ഇഷ്ടം കൂടിക്കൂടി വരുകയാണ്. ഞങ്ങൾക്ക് ഹെസാഷിനെ കാണണം.” ലേന പറഞ്ഞു.

“അതെ, ഞങ്ങളിന്ന് നിന്റെ വീട്ടിലേക്ക് വരും!” മാഷ ഒരാവേശത്തിന് ചുമ്മാ കയറിപ്പറഞ്ഞു. ഇവാനും ലേനയും ദിയാനയും അവളെ തുറിച്ചുനോക്കി. കനത്ത നിശബ്ദത.

“അല്ല... അ-അത് പിന്നെ... ദി-ദിയാന, നീ ഞങ്ങളെ കൊണ്ടുപോകില്ലേ?” മാഷ സങ്കോചത്തോടെ ചോദിച്ചു. എല്ലാവരുടെയും കണ്ണുകൾ ദിയാനയുടെ മേൽ തറച്ചു.

“കൊണ്ടുപോകാല്ലോ!” ദിയാന പുഞ്ചിരിച്ചുകൊണ്ട് പറഞ്ഞു. മാഷയുടെയും ഇവാന്റെയും ലേനയുടെയും മുഖത്തു പുഞ്ചിരി പൂത്തു വിടർന്നു.

“ഓ, എന്റെ കുഞ്ഞുങ്ങളേ... നിങ്ങളിവിടെ വന്നിരിക്കുകയായിരുന്നോ! വന്നേ. തണുപ്പടിക്കും.” ഒരു സൗമ്യമായ സ്വരം കേട്ട് കുട്ടികൾ തിരിഞ്ഞുനോക്കി. മാഡം നിവാൻക ധൃതിയിൽ അവരുടെയടുത്തേക്ക് നടന്നുവരികയാണ്.

നാലുപേരും എഴുന്നേറ്റു.

“വാ, അകത്ത് കയറിയിരിക്ക്” മാഡം നിവാൻക പറഞ്ഞു. അധ്യാപികയ്ക്കൊപ്പം മഞ്ഞിലൂടെ നടക്കവേ, ഇവാൻ ചോദിച്ചു: “ഞങ്ങളെ സഹായിക്കാമോ മാഡം നിവാൻക?”

“എന്ത് സഹായം?” മാഡം നിവാൻക ചോദിച്ചു.

“ഇന്ന്, സ്കൂൾ വിട്ടതിന് ശേഷം, ഞങ്ങളെ ദിയാനയുടെ വീട്ടിലേക്ക് കൊണ്ടുപോകാമോ?” ഇവാൻ ചോദിച്ചു.

“ദിയാനയുടെ വീട്ടിലേക്കോ? എന്തിന്?” മാഡം നിവാൻകയുടെ സ്വരത്തിൽ അത്ഭുതം.

“ഞങ്ങൾക്ക് ദിയാനയുടെ പൂച്ചക്കുട്ടിയെ കാണണം.” ലേന പറഞ്ഞു.

“ഹെസാഷിനെയോ?”

“അതെ” കുട്ടികൾ തലയാട്ടി.

“അയ്യോ, അതിന്ന് പറ്റില്ലല്ലോ” മാഡം നിവാൻക പറഞ്ഞു.

“പ്ലീസ്, മാഡം നിവാൻക. പ്ലീസ്...” കുട്ടികൾ കെഞ്ചി. അവരെല്ലാവരും മാഡം നിവാൻകയുടെ മുഖത്തേക്ക് ഉറ്റുനോക്കി.

“പറ്റില്ല മക്കളേ... നമുക്ക് പിന്നെയൊരു ദിവസം പോകാം. ആരോടും പറയാതെ പോയാൽ, നിങ്ങളുടെ അച്ഛനമ്മമാർ നിങ്ങളെ കാണാതെ വിഷമിക്കില്ലേ...” മാഡം നിവാൻക മൃദുവായ ശബ്ദത്തിൽ പറഞ്ഞു.

“അപ്പോൾ, മാഡം നിവാൻക ഞങ്ങളെ കൊണ്ടുപോകില്ല അല്ലേ?” ലേനയുടെ കണ്ണുകൾ സമർത്ഥമായി നിറഞ്ഞു. ഇരുപത്കാരിയായ മാഡം നിവാൻക വല്ലാതായി.

“അല്ല, അങ്ങനെയല്ല-” അവർ പറഞ്ഞുതുടങ്ങി.

“പിന്നെ?” കുട്ടികളുടെ കണ്ണുകൾ വിടർന്ന് വന്നു. തന്നെത്തന്നെ ഉറ്റുനോക്കുന്ന, പ്രതീക്ഷയോടെ തിളങ്ങുന്ന എട്ട് കുഞ്ഞിക്കണ്ണുകളെ നോക്കി, പറ്റില്ലെന്ന് പറയാൻ മാഡം നിവാൻകയ്ക്ക് കഴിഞ്ഞില്ല.

“ശരി, നോക്കട്ടെ” അവർ പറഞ്ഞു. കുട്ടികൾ തുള്ളിച്ചാടി, സന്തോഷത്തോടെ ക്ലാസ്സ്മുറിയിലേക്കോടി.

നേരം ഒരുപാട് കഴിഞ്ഞു. വൈകുന്നേരമായി. മണിമുഴങ്ങി. സ്കൂൾ വിട്ടു. മാഷയും ഇവാനും ലേനയും ദിയാനയും തങ്ങളുടെ ബാഗുകളും ചുമലിലിട്ട്, മാഡം നിവാൻകയുടെയടുത്ത് ചെന്നു.

“മാഷയുടെയും ഇവാന്റെയും ലേനയുടെയും വീട്ടിലേക്ക് ഞാൻ വിളിച്ചു. നിങ്ങളുടെ അച്ഛനമ്മമാരെ ഒരുവിധം പറഞ്ഞ് സമ്മതിപ്പിച്ചിട്ടുണ്ട്.” മാഡം നിവാൻക ഒരു കുസൃതിച്ചിരിയോടെ പറഞ്ഞു. അവരുടെ സുന്ദരമായ മുഖം തിളങ്ങുന്നുണ്ടായിരുന്നു. മാഡം നിവാൻക പറഞ്ഞതുകേട്ട് കുട്ടികൾ ഉഷാറായി. “വാ” മാഡം നിവാൻക പുറത്തേക്ക് നടന്നു. അത്യുത്സാഹത്തോടെ കുട്ടികൾ പിന്നാലെ.

അവർ മുറ്റത്തെത്തി.

“നിങ്ങളിവിടെ നിൽക്ക്. ഞാനിപ്പോൾ വരാം” മാഡം നിവാൻക പറഞ്ഞു. കുട്ടികൾ തലയാട്ടി. “എങ്ങോട്ടും പോകല്ലേ,” ധൃതിയിൽ പറഞ്ഞിട്ട്, മാഡം നിവാൻക പോയി.

അൽപസമയത്തിനുള്ളിൽ നീലനിറമുള്ള ഒരു സുന്ദരൻ കാർ വന്ന്, അവരുടെ മുന്നിൽ നിർത്തി. മാഡം നിവാൻകയായിരുന്നു ആ സുന്ദരൻകാർ ഓടിച്ചിരുന്നത്.

"കയറ്" മാഡം നിവാൻക പറഞ്ഞു. മാഷയും ഇവാനും ലേനയും ദിയാനയും കാറിൽ കയറി. പതിവുപോലെ മാഷ ജനാലയ്ക്കരികിൽ ഇടംപിടിച്ചു.

കാർ മുന്നോട്ട് നീങ്ങി. കുട്ടികൾ അത്യാഹ്ലാദം കൊണ്ട് നിൽക്കാനും പറക്കാനും വയ്യാതായ കുഞ്ഞിക്കുരുവികളെപ്പോലെ നിർത്താതെ കലപിലക്കൂട്ടികൊണ്ടിരുന്നു.

"ഏത് സ്ട്രീറ്റിലാണ് വീട് ദിയാനാ?" മാഡം നിവാൻക ചോദിച്ചു. ഇവാന്റെ ചെവിയിൽ, ഹെസാഷിനെപ്പറ്റി സ്വകാര്യം പറഞ്ഞുകൊണ്ടിരുന്ന ദിയാന തലയുയർത്തി ചോദിച്ചു. "എന്താ മാഡം നിവാൻക?"

"നിന്റെ വീട് ഏത് സ്ട്രീറ്റിലാണ്?" മാഡം നിവാൻക ആവർത്തിച്ചു.

"ഓഹ്, യെല്ലോവുഡ് സ്ട്രീറ്റിലെ ആറാംവീട്" ദിയാന പറഞ്ഞു. മാഷയും ഇവാനും ലേനയും ആദ്യമായിട്ടായിരുന്നു യെല്ലോവുഡ് സ്ട്രീറ്റിൽ വരുന്നത്. നല്ല വൃത്തിയും ഭംഗിയുമുള്ള ഒരു സ്ട്രീറ്റ്. യെല്ലോ സ്ട്രീറ്റിലെ ആറാമത്തെ വീടിന്റെ മുന്നിൽ കാർ നിർത്തി.

വീടിന്റെ മുന്നിൽ, ദിയാനയുടെ അമ്മ നിന്നിരുന്നു. സ്കൂൾ ബസിന് പകരം ഒരു നീലക്കാറിൽ നിന്നും. തന്റെ മകളും, മറ്റ് മൂന്ന് കുട്ടികളും, അധ്യാപികയും ഇറങ്ങിയത് കണ്ട് അവരുടെ ചിരിക്കുന്ന മുഖത്ത് ആശ്ചര്യം പടർന്നു.

"ഹലോ, മിസിസ് എഡ്വിയ" മാഡം നിവാൻക പറഞ്ഞു.

"ഹലോ" ദിയാനയുടെ അമ്മ പറഞ്ഞു.

"ഇവർ ദിയാനയുടെ ചങ്ങാതിമാരാണ്." മാഡം നിവാൻ പറഞ്ഞു.

"ഹലോ, മിസിസ് എഡ്വിയ. ഞാൻ മാഷ. ഇത് ഇവാൻ. ഇത് ലേന." മാഷ നിറചിരിയോടെ പറഞ്ഞു.

"വരൂ. അകത്തിരിക്കാം" ദിയാനയുടെ അമ്മ അവരെ വീട്ടിനകത്തേക്ക് കൊണ്ടുപോയി. മാഷയും ഇവാനും ലേനയും മാഡം

നിവാൻകയും കൗതുകത്തോടെ ചുറ്റും നോക്കിക്കൊണ്ട് നടന്നപ്പോൾ ദിയാന ഒരു പരിചയസമ്പന്നയെപ്പോലെ, തലയുയർത്തിപ്പിടിച്ച് അഭിമാനത്തോടെ മുന്നിൽ നടന്നു.

അവരെല്ലാം, ദിയാനയുടെ ഭംഗിയുള്ള കൊച്ചുവീടിന്റെ സ്വീകരണമുറിയിലിരുന്നു. ദിയാനയുടെ അമ്മ അവർക്ക് ഓരോ കപ്പ് ചൂട് ചായ കൊടുത്തു.

"അമ്മേ, ഇവർ ഹെസാഷിനെ കാണാനാണ് വന്നത്." ദിയാന സന്തോഷത്തോടെ പറഞ്ഞു.

"ഹെസാഷിനെയോ?" അവളുടെ അമ്മയ്ക്ക് അത്ഭുതമായി.

"അതെ. കുട്ടികൾക്ക് ഒരേ നിർബന്ധം. ദിയാനയുടെ പൂച്ചക്കുട്ടിയെ ഒന്ന് കാണണമെന്ന്. ഞാനെന്താ ചെയ്ക?" മാഡം നിവാൻക മന്ദഹസിച്ചുകൊണ്ട് പറഞ്ഞു.

മാഡം നിവാൻകയുടെയടുത്ത്, മാഷയും ഇവാനും ലേനയും അത്യാകാംക്ഷയോടെ ഇരുന്നു. അൽപസമയത്തിനകം കാണാം, ആ സ്വപ്നപൂച്ചക്കുട്ടിയെ.

"അയ്യോ, ഹെസാഷ് ഇവിടെയില്ലല്ലോ. ഇന്ന്, ദിയാനയുടെ കസിനായ ഒരു കുട്ടിയും അവളുടെ അച്ഛനും ഇവിടെ വന്നിരുന്നു. ദിയാന സ്കൂളിൽ പോയ ശേഷമാണ് വന്നത്. അവളുടെ കസിന് പൂച്ചക്കുട്ടിയെ വല്ലാതങ്ങിഷ്ടപ്പെട്ടു. ഒരാഴ്ച കഴിഞ്ഞ് തിരിച്ചുതരാമെന്ന് പറഞ്ഞ് അവൾ ഹെസാഷിനെ കൊണ്ടുപോയി" ദിയാനയുടെ അമ്മ പറഞ്ഞു. കുട്ടികൾ നിരാശരായി.

ദിയാനയോടും അവളുടെ അമ്മയോടും യാത്രപറഞ്ഞ്, തിരികെ കാറിൽ കയറുമ്പോൾ, ഹെസാഷിനെ ഒന്ന് കാണാനുള്ള ആശ മൂന്ന് കുസൃതിക്കാരുടെയും മനസിൽ, കൂടുതൽ കരുത്തോടെ കിടന്നു.

5
നദി

ആഞ്ജി ഉറക്കെ നിലവിളിച്ചു. അവൾ ആകെ വിളറിവെളുത്തിരുന്നു. കാരൻഗ്വജേയ്റകൾ കൂട്ടംകൂട്ടായി അവളുടെയടുത്തെത്തി. അവൾ വേഗം തിരിഞ്ഞ്, താൻ ചാരിയിരിക്കുകയായിരുന്ന പാറക്കല്ല് ഇളക്കിമാറ്റാൻ ശ്രമിച്ചു.

മാളത്തിന്റെ ഭിത്തിയോട് ചേർന്ന ആ പാറയെ സർവശക്തിയും സംഭരിച്ച് ഇളക്കിമാറ്റുക എന്നതല്ലാതെ മറ്റൊന്നു ആഞ്ജിക്ക് ചെയ്യാനുണ്ടായിരുന്നില്ല. ഒരു ചിലന്തിയുടെ രോമം അവളുടെ കാൽവിരലറ്റത്ത് തൊട്ടുതൊട്ടില്ല എന്ന മട്ടിൽ ഒന്നുരസി.

"ആ..." ആഞ്ജി അലറിക്കരഞ്ഞുകൊണ്ട് കാൽവലിച്ചു. വളരെ പണിപ്പെട്ട് അവൾ ആ പാറയെ തള്ളിനീക്കി കാരൻഗ്വജേയ്റകൾ ഒന്നടങ്കം അവളുടെ തൊട്ടടുത്തെത്തി. പാറ ഇളക്കിമാറ്റിയ ഇടത്തെ വിടവിനകത്തേക്ക് ആഞ്ജി നൂണുകടന്നു. കാരൻഗ്വജേയ്റകൾ പിന്നാലെ.

വിടവിനപ്പുറത്ത്, എഴുന്നേറ്റ് നിൽക്കാൻപോലും പറ്റാത്തത്രയും ഇടുങ്ങിയ ഒരു മാളത്തിലൂടെ, പറ്റുന്നത്ര വേഗത്തിൽ, ആഞ്ജി ഇഴഞ്ഞുനീങ്ങി ഒരു പറ്റം ചിലന്തികൾ പുറകേയുണ്ട്.

ആഞ്ജി, മാളത്തിന്റെ അറ്റത്തെത്തി. അവിടെ ഒരു ദ്വാരമുണ്ടായിരുന്നു. അവൾ ആ ദ്വാരത്തിലൂടെ പുറത്തെത്തി. വീണ്ടും ഭൂമിക്ക് മുകളിലെത്തിയ അവൾക്കറിയാമായിരുന്നു. കാടിന്റെ ഏറ്റവും

അപകടം പിടിച്ച ഭാഗത്താണ് താനെന്ന്.

ആഞ്ജി ആ ദ്വാരത്തിലേക്ക് നോക്കി. ഒരുപറ്റം കാരൻഗ്ഗജേയ്റകൾ അതിലൂടെ തിക്കിത്തിരക്കി, പുറത്തേക്ക് പ്രവഹിച്ചു. അറപ്പുളവാക്കുന്ന ഒരു കാഴ്ചയായിരുന്നു അത്.

വിഷച്ചിലന്തികളുടെ കൂട്ടം വീണ്ടും ആഞ്ജിയുടരികിലെത്തി. അവൾ ഓടി. കാൽവിരൽ വല്ലാതെ നീറുന്നുണ്ടായിരുന്നു.

ശരീരമാസകലം വേദനിക്കുന്നു. രക്ഷപ്പെട്ടേ മതിയാവൂ. അവൾ ഓടി.

ഓടിയോടി അവൾ പുഴയോരത്തെത്തി. നേരത്തെ ജാഗ്വറിനെ കണ്ടയിടം. ഇവിടെ നിന്നും വലത്തോട്ടു പോയാൽ വീടായി. ആഞ്ജിയ്ക്ക് അൽപമൊപാശ്വാസം തോന്നി.

അവൾ തന്നെക്കൊണ്ട് എത്ര വേഗത്തിൽ ഓടാൻ പറ്റുമോ, അത്രയും വേഗത്തിൽ ഓടി. മുന്നിൽ ഒരു പാറക്കൂട്ടം. നദീതീരത്തെ മണലിൽ തലയുയർത്തി നിന്ന ആ പാറക്കൂട്ടം കടന്നുവേണം പോകാൻ.

ആഞ്ജി പെട്ടെന്ന് കയറി. നല്ല വഴുവഴുപ്പുള്ള, പായൽ പിടിച്ച ആ പാറക്കൂട്ടത്തിന്റെ മുകളിലെത്തി, താഴേക്കിറങ്ങാൻ തുനിഞ്ഞതും, കാൽ വഴുതി ആഞ്ജി പുഴയിലേക്ക് പതിച്ചു.

എന്താണ് സംഭവിക്കുന്നത് എന്നറിയാൻ കഴിയുംമുമ്പേ തന്നെ, അവൾ വെള്ളത്തിൽ വീണു.

ആഞ്ജി തണുത്ത നദീജലത്തിൽ മുങ്ങി. അവൾ കൈകാലിട്ടടിച്ചു. മുകളിലേക്ക് നീന്തിക്കയറാൻ ശ്രമിച്ചു. കഴിയുന്നില്ല; കൈകാലുകൾക്ക് വല്ലാത്ത വേദന. അവൾ അലമുറയിടാൻ നോക്കി. ശബ്ദമൊന്നും പുറത്ത് വന്നില്ല. നീർക്കുമിളകൾ മാത്രം.

കാട്ടിലെ പുഴയുടെ ആഴങ്ങൾക്ക് ഒരുതരം മങ്ങിയതും എന്നാൽ അതേസമയം കട്ടപ്പമേറിയതുമായ ഒരു പച്ചനിറമാണ്. ആ പച്ചയുടെ കാണാക്കയങ്ങളിലേക്ക് നിസ്സഹായയായ ആഞ്ജി മുങ്ങിത്താഴ്ന്നു കൊണ്ടിരുന്നു

സർവശക്തിയും സംഭരിച്ച്, അവൾ നീന്താൻ ഒരു ശ്രമം നടത്തി. ഒരുവിധം, ജലപ്പരപ്പിനടുത്തെത്താറായി. മുകളിലേക്ക്... മുകളിലേക്ക്...

പക്ഷേ, അപ്രതീക്ഷിതമായിട്ടായിരുന്നു ഒരു പറ്റം ആമകൾ നീന്തിവന്നത്. അവയുടെ ഇടയിൽപെട്ട ആഞ്ജിക്ക് ദിക്ക് തിരിയാതായി. എങ്ങും, വട്ടം ചുറ്റുന്ന ആമകൾ.

ഒരു വഴിയും തോന്നിയില്ല. ആഞ്ജി ആമകൾ നീന്തുന്ന വഴിയേ നീന്തി. നീന്താനൊന്നുമുള്ള കരുത്ത് ബാക്കിയുണ്ടായിരുന്നില്ല. ആമകളുടെ നീന്തലിന്റെയാ താളത്തിൽ, അവയുടെയിടയിൽപ്പെട്ട അവൾ നീങ്ങി.

അവസാനം, ആമകൾ കടന്നുപോയി. ആഞ്ജി കരപറ്റി. പുഴവക്കത്ത് നിന്നിരുന്ന ഒരു മരത്തിന്റെ ചില വേരുകൾ വെള്ളത്തിലേക്കിറങ്ങിവന്നിരുന്നു. ആ വേരുകളിൽ ചെന്ന് തടഞ്ഞപ്പോൾ, ആഞ്ജി അവയിൽ പിടിച്ച് മേലോട്ട് കയറി.

ആർത്തിയോടെ അവൾ വായു ശ്വസിച്ചു. നദിക്ക് നല്ല ഒഴുക്കുണ്ട്. ഒഴുകിപ്പോവാതിരിക്കാനായി, ആഞ്ജി ആ വേരുകളിൽ മുറുകെപ്പിടിച്ചിരുന്നു. വെള്ളത്തിനടിയിൽ നിന്നും നോക്കുമ്പോൾ വഴുവഴുപ്പുള്ള നീരാളിക്കൈകൾ പോലെ തോന്നുന്ന ആ വേരുകൾ, അവൾക്ക് രക്ഷയുടെ പിടിവള്ളിയായി.

ആഞ്ജി ഏന്തിവലിഞ്ഞ് കരയ്ക്ക് കയറി. ഒരടി മുന്നോട്ട് വെക്കാൻ ശേഷിയില്ലായിരുന്നു. അവൾ മെല്ലെ ഇഴഞ്ഞ് ആ മരത്തിന്റെ കരയിലെ വേരുകൾക്കിടയിലേക്ക് കയറി. മണ്ണിൽ നിന്നും പൊന്തി നിൽക്കുന്ന നനവുള്ള ആ വേരുകൾക്കിടയിൽ, നനഞ്ഞ മണ്ണിൽ തളർന്ന് കിടന്ന് ആഞ്ജി ഒരു പൂച്ചക്കുഞ്ഞിനെ പോലെ ചുരുണ്ടു. കണ്ണുകൾ താനേ അടഞ്ഞു.

കണ്ണ് തുറന്നപ്പോൾ രാത്രിയായിരുന്നു. നിദ്രയുടെ മായക്കോട്ടയിൽ നിന്നും പുറത്തുകടന്ന ആഞ്ജി അനങ്ങിയില്ല. ചുറ്റും കണ്ണോടിച്ചു. താൻ ഇതുവരെ വന്നിട്ടില്ലാത്ത ഒരു വനഭാഗത്താണ് എത്തിയിരിക്കുന്നത് എന്നവൾക്ക് മനസ്സിലായി.

ആഞ്ജി മെല്ലെ എഴുന്നേറ്റു. പുറത്താകെ പറ്റിപ്പിടിച്ചിട്ടുള്ള ചെളി കഴുകിക്കളയാനൊന്നും നിൽക്കാതെ അവൾ പതുക്കെ നടന്നുതുടങ്ങി.

ആഞ്ജി അപ്പോഴും നനഞ്ഞുതന്നെയിരുന്നു. എങ്ങനെയും തിരികെപ്പോകാനുള്ള വഴി കണ്ടെത്തണം. നിലാവ് അവൾക്ക് കൂട്ടുവന്നു.

മുന്നിൽകണ്ട വഴിയിലൂടെ ആഞ്ജി നടന്നു. അപ്രതീക്ഷിതമായിട്ടായിരുന്നു. വഴിയുടെ മറ്റേ അറ്റത്ത് നിഴൽപോലൊരുരൂപം പ്രത്യക്ഷപ്പെട്ടത്. അവൾ നിന്നു. ആ രൂപവും.

"പെഡ്രോ! പെഡ്രോ!" തളർന്ന ശബ്ദത്തിൽ വിളിച്ചുകൊണ്ട് ആഞ്ജി ഓടിച്ചെന്നു. പെഡ്രോയെ കെട്ടിപ്പിടിച്ചു.

"ആഞ്ജീ! നീയെങ്ങനെയിവിടെയെത്തി? വാ!" പെഡ്രോ അവളെ ചേർത്തുപിടിച്ച് നടന്നു.

പുഴവക്കത്ത് ഒരു ചങ്ങാടമുണ്ടായിരുന്നു. അതിനരികെ ലീയും സാവേലും നിന്നിരുന്നു. പെഡ്രോയുടെ സുഹൃത്തുക്കളാണ് പത്തൊമ്പതുകാരനായ ലീയും ഇരുപതുകാരനായ സാവേലും.

"എവിടെയായിരുന്നു നീ, ആഞ്ജീ?" ലീയും സാവേലും ഒരുമിച്ച് ചോദിച്ചു.

"ഞാൻ-ഞാൻ..." ആഞ്ജിയുടെ ശബ്ദമിടറി. അവളുടെ ചെളി പുരണ്ട കവിളുകളിലൂടെ കണ്ണുനീരൊഴുകി. പെഡ്രോയും അവളും ചങ്ങാടത്തിൽ കയറി. സാവേൽ തുഴഞ്ഞുതുടങ്ങി.

"നീയെവിടെപ്പോയതായിരുന്നു?" പെഡ്രോ, ആഞ്ജിയെ അണച്ചുപിടിച്ച് ചോദിച്ചു."ഞാൻ... ഞാൻ പുഴക്കരയിലായിരുന്നു. അപ്പോളവിടെ ഒരു ജാഗ്വാർ വന്നു" ആഞ്ജി പറഞ്ഞുതുടങ്ങി.

"ജാഗ്വാറോ?" ലീയും സാവേലും പെഡ്രോയും കണ്ണ്മിഴിച്ചു.

"മ്... ജാഗ്വാർ. ഞാൻ ഓടി. അതും പിന്നാലെ വന്നു."

"ഞാൻ കാരൻഗുജേയ്റകളുടെ ഒരു മാളത്തിൽ പെട്ടു."

"കാരൻഗുജേയ്റകളോ?"

"അതെ..'.'

"നിനക്കെന്തെങ്കിലും പറ്റിയോ?"

ആഞ്ജി തന്റെ കാൽപാദം ഉയർത്തിക്കാട്ടി. വിരലറ്റം ചുവന്ന് വീങ്ങിയിരുന്നു.

6
ഹെസാഷ്

ക്രിസ്മസ് വന്നെത്തി. മാഷ ഒരു പൂമ്പാറ്റയായി മാറി. അടങ്ങിയിരിക്കാതെ തുള്ളിപ്പറക്കുന്ന ഒരു കൊച്ചു പൂമ്പാറ്റ. അവൾ സ്കൂളിലെത്തി.

സ്കൂൾ അതിമനോഹരമായി അലങ്കരിക്കപ്പെട്ടിരുന്നു. മഞ്ഞിൽ തലയുയർത്തി നിന്ന ഫിർമരങ്ങളിലൊക്കെയും ക്രിസ്മസ് അലങ്കാരങ്ങൾ നിറഞ്ഞിരുന്നു.

മാഷ ഇവാന്റെയും ലേനയുടെയും കൂടെ ക്ലാസ്സ്മുറിയിലെത്തി. ക്ലാസ്സ്മുറിയുടെ മുന്നിലായി ഒരു വലിയ ക്രിസ്മസ് ട്രീ കണ്ട് കുട്ടികളുടെ കണ്ണുകൾ വിടർന്നു.

ക്രിസ്മസ് ട്രീയുടെ ഓരോ ശിഖരവും പല വർണവെളിച്ചങ്ങൾ പരത്തുന്ന കൊച്ചുബൾബുകളാലും, നക്ഷത്രങ്ങളാലും സമ്മാനപ്പൊതികളാലും അലംകൃതമായിരുന്നു. ഏറ്റവും മുകളിൽ ഒരു വലിയ ക്രിസ്മസ് നക്ഷത്രം.

മിന്നിത്തിളങ്ങുന്ന ആ ക്രിസ്മസ് ട്രീയുടെയടുത്ത് പുഞ്ചിരിതൂകിക്കൊണ്ട് മാഡം നിവാൻക നിന്നിരുന്നു.

“മെറി ക്രിസ്മസ്, കുട്ടികളേ..” വാതിൽക്കൽ നിന്ന് ആശ്ചര്യപ്പെടുകയായിരുന്ന കുട്ടിക്കൂട്ടത്തോട് മാഡം നിവാൻക പറഞ്ഞു.

“മെറി ക്രിസ്മസ്!” കുട്ടികൾ ആർപ്പ്‌വിളിച്ചു.

“ദേ ഈ ക്രിസ്മസ് ട്രീയിൽ തൂങ്ങിക്കിടക്കുന്ന സമ്മാനപ്പൊതികൾ കണ്ടോ? അവയൊക്കെ നിങ്ങൾക്കുള്ളതാണ്!” മാഡം നിവാൻക പറഞ്ഞുതീരുന്നതിനുമുമ്പേ തന്നെ, കുട്ടികൾ ആർത്തിരമ്പിക്കൊണ്ട് ക്രിസ്മസ് ട്രീയെ പൊതിഞ്ഞു.

ഓരോ പൊതിയിലും ഓരോ കടലാസുകഷ്ണം ഒട്ടിച്ചിരുന്നു. അതിൽ ഓരോ കുട്ടിയുടെയും പേരെഴുതിയിരുന്നു. ബഹളത്തിനിടയിൽ, നീലനിറമുള്ള വർണക്കടലാസിൽ പൊതിഞ്ഞ ഒരു സമ്മാനപ്പൊതിയിൽ തന്റെ പേര് മാഷ കണ്ടുപിടിച്ചു. അവൾ ആ സമ്മാനപ്പൊതിയുമായി കുട്ടിക്കൂട്ടത്തിൽ നിന്നും മാറിനിന്നു.

ശാന്തമായ ഒരു മൂലയിൽ നിന്ന്, മാഷ തന്റെ സമ്മാനപ്പൊതി പരിശോധിക്കാൻ തുടങ്ങി. ഭംഗിയായി പൊതിഞ്ഞിരുന്ന ഇളം നീലനിറമുള്ള വർണക്കടലാസ് മിന്നുന്നുണ്ടായിരുന്നു. സമ്മാനപ്പൊതിയിൽ തിളങ്ങുന്ന ഒരു വെള്ള റിബ്ബൺ കെട്ടിയിരുന്നു. റിബ്ബണിന് താഴെ ഒട്ടിച്ചുവെച്ചിരുന്ന വൃത്തിയായി മുറിച്ച ഒരു കടലാസുകഷ്ണത്തിൽ വടിവൊത്ത കൈപ്പടയിൽ ‘മാഷ നിക്കോലേയ്വ്ന’ എന്നെഴുതിയിരുന്നു.

മാഷ റിബ്ബൺ അഴിച്ചുമാറ്റി. അരുമയോടെ സമ്മാനപ്പൊതി തുറന്നു. ഒരു പാവക്കുട്ടി! പിങ്ക് നിറമുള്ള തലമുടിയും മാഷയുടേത് പോലത്തെ വിടർന്ന നീലക്കണ്ണുകളും, ചുവന്ന ചുണ്ടുകളും തുടുത്ത കവിളുകളുമുള്ള ഒരു സുന്ദരിപ്പാവ. പാവക്കുട്ടി ധരിച്ചിരുന്ന നീലയുടുപ്പും നീല ഷൂസും തിളങ്ങി.

പാവക്കുട്ടിക്കരികിൽ ഒരു കൊച്ചുകുറിപ്പുണ്ടായിരുന്നു. കൗതുകത്തോടെ മാഷ അത് വായിച്ചുനോക്കി.

“എത്രയും പ്രിയമുള്ള മാഷയ്ക്ക്”

ഈ സമ്മാനം നിനക്കുള്ളതാണ്. സന്തോഷപൂർവ്വം ഈ ക്രിസ്മസും ആഘോഷിക്കൂ. ക്രിസ്മസ് ആശംസകൾ നേർന്നുകൊണ്ട്,

ഒത്തിരിയൊത്തിരി സ്നേഹത്തോടെ

സാന്റാ.

മാഷയ്ക്ക് ആഹ്ലാദം അടക്കാനായില്ല. അവളുടെ പ്രിയപ്പെട്ട സാന്റാക്ലോസ് അപ്പൂപ്പൻ അവൾക്ക് ഒരു ക്രിസ്മസ് സമ്മാനം തന്നിരിക്കുന്നു! അവൾ തന്റെ പുത്തൻ പാവക്കുട്ടിയെ കെട്ടിപ്പിടിച്ച് ഉമ്മവെച്ചു.

"ഇവാൻ, ദേ നോക്ക്. സാന്റാ തന്നതാ!" അവൾ ഇവാനോട് പറഞ്ഞു. അവൾ ഇടത്തേ കൈയിൽ തന്റെ പാവയും മറ്റേ കൈയിൽ സാന്റായുടെ കത്തും ഉയർത്തിപ്പിടിച്ചിരുന്നു.

"ഹായ്! നല്ല ഭംഗിയുണ്ട്. എനിക്ക് സാന്റാ തന്നത് നോക്ക്..." ഇവാൻ ഒരു നായപ്പാവയെ ഉയർത്തിപ്പിടിച്ചു.

"അടിപൊളിയാണല്ലോ!" മാഷ ചിരിച്ചു. എല്ലാ കുട്ടികളും അവരവരുടെ സമ്മാനപ്പൊതികളുമായി തങ്ങളുടെ ഇരിപ്പിടങ്ങളിലിരുന്നു.

"കഴിഞ്ഞയാഴ്ച്ച ഞാൻ ഒരാൾക്ക് കത്തെഴുതി-" മാഡം നിവാൻക തുടങ്ങിയതും, ലേന ചാടിവീണു.

"ആർക്ക്?" അവൾ ചോദിച്ചു.

"ആർക്കായിരിക്കും?" മാഡം നിവാൻക കൗശലപൂർവ്വം ചോദിച്ചു.

"സാന്റായ്ക്കല്ലേ?" മാഷ ചോദിച്ചു.

"അതെ," മാഡം നിവാൻക പറഞ്ഞു. "സാന്റയുടെ വിലാസമെല്ലാർക്കുമറിയാല്ലോ?"

"അറിയാം! ഹോ..ഹോ..ഹോ!" കുട്ടികൾ താളത്തിൽ പറഞ്ഞു.

"ങാ! ഹോ.. ഹോ.. ഹോ..! ഞാനെന്താന്നറിയോ കത്തിൽ എഴുതിയത്? എന്റെ ക്ലാസിൽ കുറേ കുട്ടിമിടുക്കികളും മിടുക്കന്മാരുമുണ്ട്. അവർക്ക് ഓരോ ക്രിസ്മസ് സമ്മാനം വേണം എന്ന്. അങ്ങനെ, രാത്രി സാന്റാ അപ്പൂപ്പൻ വന്ന് ഈ ട്രീയിൽ സമ്മാനം വെച്ചു." പറഞ്ഞുകഴിഞ്ഞ്, മാഡം നിവാൻക കുട്ടികളെ നോക്കി. അവരുടെ മുഖങ്ങൾ കൊച്ചുതാരകങ്ങളെപോലെ ശോഭിക്കുന്നുണ്ടായിരുന്നു.

മാഷ ആനന്ദത്തോടെ ആ ക്രിസ്മസ് ട്രീയെ നോക്കി. ഒരു സമ്മാനപ്പൊതി മാത്രം ആ മനോഹരമരത്തിൽ അനാഥമായി ക്കിടന്നിരുന്നു. ആരുടേതായിരുന്നു അത്?

പെട്ടെന്ന് ഒരു കുട്ടി ഓടിക്കിതച്ച് വന്ന് വാതിൽക്കൽ നിന്നു. എല്ലാവരും അങ്ങോട്ട് നോക്കി. അത് ദിയാനയായിരുന്നു.

"എന്താ വൈകിയത് ദിയാന?" മാഡം നിവാൻക ചോദിച്ചു.

"ഞാനിന്ന് സ്കൂൾ ബസിലല്ല വന്നത്. അമ്മയുടെ കാറിലാണ് വന്നത്." ദിയാന കിതച്ചുകൊണ്ട് പറഞ്ഞു.

"ഓ, ശരി കയറിവാ, എന്തേ നീ കാറിൽ വന്നത്? എന്താ നിന്റെ കൈയിൽ?" മാഡം നിവാൻക ഇങ്ങനെ ചോദിച്ചപ്പോഴാണ് കുട്ടികൾ അത് ശ്രദ്ധിച്ചത്. ദിയാനയുടെ കൈയിൽ പിങ്ക് നിറമുള്ള ഒരു സുന്ദരമായ കൊച്ചുകുട്ടയുണ്ടായിരുന്നു. അത് പൂക്കളാൽ അലങ്കരിച്ചിരുന്നു.

"ഓ, ഇതോ," ദിയാനയുടെ മുഖത്ത് ഒരു ചിരി വിരിഞ്ഞു. "ഇവനെ കൊണ്ടുവരാൻ വേണ്ടിയാണ് ഞാൻ കാറിൽ വന്നത്. കൂട്ടുകാർ എപ്പോഴും പറയാറില്ലേ, ഇവെനെ കാണണം കാണണം എന്ന്. ഇന്ന് ക്രിസ്മസല്ലേ. ദാ, ഞാൻ കൊണ്ടുവന്നിട്ടുണ്ട്."

ദിയാന കുട്ട മേശയിൽ വെച്ചു.

"ഹെസാഷ്..." അവൾ കുട്ടയ്ക്കകത്ത് നിന്നും ഒരു പൂച്ചക്കുഞ്ഞിനെ പുറത്തെടുത്തു. മഞ്ഞുപോലെ വെളുത്ത രോമങ്ങളും, രോമാവൃതമായ കുഞ്ഞുവാലും, മാർദവമേറിയ പാദങ്ങളും, കുഞ്ഞുനഖങ്ങളും, പിങ്ക് ചെവികളും, ഇളകിക്കളിക്കുന്ന കുഞ്ഞുമീശയും, പച്ചനിറമാർന്ന കുഞ്ഞിക്കണ്ണുകളും, ഇളം പിങ്ക് നിറമുള്ള മൂക്കുമുള്ള ഒരു പൊന്നോമനപ്പൂച്ചക്കുഞ്ഞ് ദിയാനയുടെ കൈകളിലിരുന്ന്, ചുറ്റുമുള്ള കുട്ടികളെ നോക്കി, ഹെസാഷ് കണ്ണ് ചിമ്മി.

7
മരുന്ന്

ചങ്ങാടം കരയ്ക്കടുത്തു. ആഞ്ജി ഉറങ്ങിപ്പോയിരുന്നു. ലീ അവളെ മെല്ലെയുണർത്താൻ നോക്കി.

"വേണ്ട ഉണർത്തണ്ട." പെഡ്രോ മെല്ലെപ്പറഞ്ഞു. അവൻ തളർന്നുറങ്ങുന്ന ആഞ്ജിയെ എടുത്ത് കരയ്ക്കിറങ്ങി.

"എടാ, നീ ചങ്ങാടം കെട്ടിയിട്ട്, അങ്ങോട്ടേക്ക് വാ" ലീ പറഞ്ഞു.

ലീയും പെഡ്രോയും നടന്നു. നാലിയുടെ കുടിലിന്റെ മുറ്റത്ത് അവളും അവളുടെയമ്മയും നിന്നിരുന്നു. മറ്റുള്ള കുടിലുകൾക്ക് മുന്നിലും ചിലരുണ്ടായിരുന്നു.

കൊച്ചു നാലി വിതുമ്പിക്കരയുകയായിരുന്നു. അവളുടെ അമ്മ അവളെ ആശ്വസിപ്പിക്കുന്നുണ്ട്. ആഞ്ജിയെ എടുത്ത്കൊണ്ടുവരുന്ന പെഡ്രോയെക്കണ്ടതും അവരുടെയൊക്കെ മുഖത്ത് ആശ്വാസം നിറഞ്ഞു. എന്നാൽ, നാലി അമ്മയെ പുണർന്ന് തേങ്ങുകയായിരുന്നു.

"മോളേ, കരയാതെ. ദേ, അവർ തിരിച്ച് വന്നു. ഒരു കുഴപ്പവുമില്ല. കരച്ചിൽ നിർത്ത്, നാലി" അമ്മ പറഞ്ഞു. നാലി തിരിഞ്ഞ് നോക്കി.

"ആഞ്ജിക്കെന്ത് പറ്റിയതാ?" നാലി ചോദിച്ചു.

"ഒന്നുമില്ല നാലി" പെഡ്രോ പറഞ്ഞു. നാലിയുടെ അമ്മ,

ഉറങ്ങിക്കിടക്കുന്ന ആഞ്ജിയുടെ കാൽപാദം കണ്ടു. അവരുടെ മുഖത്ത് പരിഭ്രാന്തി കയറി.

"നാലീ നീ കുറച്ചുസമയത്തേക്ക് സാവേലിന്റെ വീട്ടിൽ നിൽക്ക് കേട്ടോ. കുറച്ചുകഴിയുമ്പോൾ ഞാൻ വന്ന് വിളിക്കാം" അമ്മ പറഞ്ഞു.

"വാ, മോളേ നമുക്ക് വീട്ടിൽ പോവാം" സാവേലിന്റെ വൃദ്ധയായ മാതാവ് സൗമ്യമായി പറഞ്ഞു. അവരും ആഞ്ജിയുടെ കാൽപാദം കണ്ടിരുന്നു.

"എന്തിനാ, അമ്മേ?" നാലി ചോദിച്ചു.

"പോ മോളേ, ഞാൻ വിളിക്കാം." നാലിയുടെ അമ്മ പറഞ്ഞു. മനസില്ലാമനസ്സോടെ സാവേലിന്റെയമ്മയുടെ കൈപിടിച്ച് നടന്ന് പോയി. അവൾ ഇടയ്ക്കിടെ തിരിഞ്ഞുനോക്കുന്നുണ്ടായിരുന്നു.

"വാ" നാലിയുടെ അമ്മ പെഡ്രോയോട് പറഞ്ഞു. പെഡ്രോ അവരുടെ പുറകേ അവരുടെ കിടിലിൽ കയറി. ആൾക്കൂട്ടം പിരിഞ്ഞുപോയി.

"എന്താ പറ്റിയത്?" അമ്മ ചോദിച്ചു.

"കാരൻഗ്വജേയ്റ" പെഡ്രോ പറഞ്ഞു.

"പെഡ്രോ ഇതൊരു നിസാരമായ കാര്യമല്ല. നീ വേഗം ജെം മുത്തശ്ശന്റെയടുത്ത് പോ. പോയി, കാരൻഗ്വജേയ്റക്കുള്ള ഇല വേണമെന്ന് പറ വേഗം!" നാലിയുടെ അമ്മ പറഞ്ഞു. പെഡ്രോ വൃദ്ധനായ ജെമ്മിന്റെ കുടിലിലേക്കോടി.

നാലിയുടെ അമ്മ ആഞ്ജിയെയും എടുത്ത്, അവരുടെ കുടിലിന്റെ പുറകിലൂടെയൊഴുകുന്ന ചോലയുടെയരികത്തേക്ക് പോയി. അപ്പോൾ, ആഞ്ജി മെല്ലെ കണ്ണ് തുറന്നു. പാതിയുറക്കത്തിലായിരുന്ന അവളെ കുളിപ്പിച്ച് വൃത്തിയാക്കി, നാലിയുടെ അമ്മ തിരികെ കുടിലിലെത്തി.

അപ്പോഴേക്കും ആഞ്ജി വീണ്ടും നിദ്രയിലേക്ക് വീണു. വാതിൽ തള്ളിത്തുറന്ന്, പെഡ്രോ അകത്ത് വന്നു. അവന്റെ കൈകളിൽ പച്ചിലകളുടെ ഒരു കെട്ട് ഉണ്ടായിരുന്നു.

പെഡ്രോ ആഞ്ജിയെ വാങ്ങി.

"നീയവളെ താഴെ കിടത്തിക്കോ..." അമ്മ പറഞ്ഞു. പെഡ്രോ

വെറുതെ മൂളി. പക്ഷേ, അവനവളെ നിലത്ത് കിടത്തിയില്ല.

നാലിയുടെ അമ്മ പച്ചിലകൾ ഇടിച്ച്പിഴിഞ്ഞു.

"ഇവിടെയിരിക്ക്," അവർ പറഞ്ഞു. പെഡ്രോ അവർക്കഭിമുഖമായി നിലത്തിരുന്നു. "കാല്" പെഡ്രോ ആഞ്ജിയുടെ ചുവന്ന കാൽപാദം നീട്ടിവെച്ചു. അമ്മ ആ വിരലുകളിൽ വിശേഷപ്പെട്ട പച്ചമരുന്ന് വെച്ച് കെട്ടി. എന്നിട്ട് അവർ ഒരു കോണിലുള്ള കൊച്ചു തുണിമെത്തയിൽ ആഞ്ജിയെ കിടത്തി. അതിനപ്പുറത്ത് തന്നെ കുഞ്ഞുമിലാനി ഉറങ്ങുന്നുണ്ടായിരുന്നു.

"അപ്പുറത്ത്, നാലിയുറങ്ങിക്കാണും. നീയിവിടെ കിടന്നോ." നാലിയുടെ അമ്മ പറഞ്ഞു. പെഡ്രോ ഒന്നും മിണ്ടാതെ കിടന്നു. മിലാനിയുടെയടുത്ത് അമ്മയും കിടന്നു.

പെഡ്രോയ്ക്ക് ഉറക്കം വന്നില്ല. അവൻ ആഞ്ജിയുടെ നെറുകിൽ പതിയെ തലോടി.

പുലരിപ്പൂ വിരിഞ്ഞു. പെഡ്രോയും നാലിയുടെ അമ്മയും ഉണർന്നു.

നേരം കുറേ കഴിഞ്ഞു. അമ്മ മിലാനിയെയും എടുത്തുകൊണ്ട് പുറത്തുടെ നടക്കുകയായിരുന്നു. പെഡ്രോ അരുവിക്കരയിൽ ഓരോന്ന് ചിന്തിച്ചുകൊണ്ട് വെറുതെ മൂകനായി ഇരുന്നു. കുടിലിനകത്ത്, മടങ്ങിയെത്തിയ നാലി ആഞ്ജിയ്ക്കൊപ്പമിരുന്നു.

ദിവസങ്ങൾ കടന്നുപോയി. നാലിയുടെ അമ്മ ആഞ്ജിയെ സ്വന്തം മോളെപ്പോലെ ശുശ്രൂഷിച്ചു. ആഴ്ചകൾ കൊണ്ട് ആഞ്ജിയുടെ കാൽ ഭേദമായി. അവളും പെഡ്രോയും തങ്ങളുടെ കുടിലിലേക്ക് മടങ്ങി.

8
വസന്തം

മെല്ലെ മെല്ലെ മഞ്ഞുരുകി. കൊട്ടുംതണുപ്പുള്ള, മഞ്ഞിന്റെ വെളുത്ത പുതപ്പ് പതിയെ ഫിർ മരച്ചില്ലകളിൽ അവിടവിടെ തങ്ങിനിൽക്കുന്ന മഞ്ഞ് കണങ്ങൾ മാത്രമായി രൂപാന്തരപ്പെട്ടു. പതുക്കെ അവയും അലിഞ്ഞില്ലാതായി.

മടിച്ചു മടിച്ചു വസന്തം വന്നെത്തി നോക്കി. കുറേ കഴിഞ്ഞപ്പോൾ, മനം മയക്കുന്ന സുഗന്ധവുമായി വസന്തവും കടന്നുപോയി.

മഴക്കാലം ആർത്തിരമ്പി. മരച്ചില്ലകൾ നനഞ്ഞ് വിറച്ചു. രാത്രിയുടെ കവിളുകളിലൂടെ വെള്ളത്തുള്ളികൾ ഒലിച്ചിറങ്ങി. കിളികൾ കൂടുകളിൽ ഒതുങ്ങി. വാനം ഇരുണ്ട് തന്നെ കിടന്നു.

വേനൽ ഇളംചൂടുമായി കടന്നുവന്നു. മഴക്കാലം വേനലിനെ കെട്ടിപ്പിടിച്ച് യാത്ര പറഞ്ഞ്, തിരിഞ്ഞ് നോക്കി, തിരിഞ്ഞ് നോക്കി നടന്ന് പോയി. അതിന്റെ നനഞ്ഞ കാൽപാടുകളെ മെല്ലെ വേനലിന്റെ ത്രുവെയിൽ മായ്ച്ച് കളഞ്ഞു.

വീണ്ടും മഞ്ഞുകാലം വന്നു പോയി. മഞ്ഞും മഴയും വെയിലും വരുകയും പോവുകയും ചെയ്തുകൊണ്ടേയിരുന്നു. മടിച്ച്, മടിച്ച് എത്തിനോക്കി. പെട്ടെന്ന് കിട്ടിയ ഉത്സാഹത്തിൽ ഓടിവന്ന്, ഇഷ്ടംപോലെ വിലസി നടന്ന്, ഒടുവിൽ യാത്ര പറച്ചിലിന്റെ നേർത്ത മൂടുപടമിട്ട സങ്കടവുമായി മടങ്ങിപ്പോകുന്ന ഋതുക്കൾക്കൊപ്പം കാലവും കടന്നുപോയി. വർഷങ്ങൾ കഴിഞ്ഞു.

ഒരു വസന്തകാലം. അഞ്ചുവയസ്സുകാരിയായ മാഷയ്ക്ക് ശേഷം ഒരുപാട് വസന്തങ്ങൾ വന്നുപോയിരുന്നു. വീണ്ടുമൊരു വസന്ത കാലം വന്നു.

ഇളംപച്ചയണിഞ്ഞ് കിടക്കുന്ന പുൽമേടുകളിൽ നറുമണമുള്ള പുഷ്പങ്ങൾ പൊട്ടിവിരിഞ്ഞു. ശൈത്യം സമ്മാനിച്ചിട്ട് പോയ തണുപ്പിൽ, മടിപിടിച്ചുറങ്ങുകയായിരുന്ന വൃക്ഷങ്ങളെ പലവർണ ങ്ങളിൽ മുക്കിക്കൊണ്ട് ഇളംപൂവുകൾ തട്ടിയുണർത്തി. ആലസ്യം വിട്ടെഴുന്നേറ്റ മരങ്ങൾ പൂക്കളോട് കൈകോർത്ത് വസന്തത്തെ വരവേറ്റു.

പന്ത്രണ്ടുകാരിയായ മാഷ ഉന്മേഷത്തോടെ തടാകക്കരയിലൂടെ നടന്നു. നീല നിറമുള്ള കൊച്ചുതടാകം ദീർഘകാലത്തെ നിദ്രയ്ക്ക് ശേഷം, വീണ്ടുമുണർന്നതിന്റെ ആനന്ദത്തിൽ ഓളങ്ങളാൽ തീരത്തെ തഴുകി. തടാകത്തിന് ചുറ്റും ഉയരം കുറഞ്ഞ ഇളംപുല്ല് വളർന്ന് നിന്നു. അവയിൽ ട്യൂലിപ് പുഷ്പങ്ങൾ വിരിഞ്ഞിരുന്നു.

മാഷ ആ തടാകത്തിന്റെയും ട്യൂലിപ് പൂക്കളുടെ പുഞ്ചിരിയുടെയും സൗന്ദര്യം ആസ്വദിച്ചുകൊണ്ട് വെറുതെ തടാകത്തെ വലംവെച്ചു. കുളിർക്കാറ്റ് വീശി. കാറ്റിന് നല്ല വാസനയുണ്ടായിരുന്നു. പല പല പൂക്കളുടെ വാസന.

മാഷ കുനിഞ്ഞ്, ഒരു പിങ്ക് ട്യൂലിപ് പറിച്ചെടുത്തു. പിന്നെ ഒരു മഞ്ഞയും, ഒരു ചുവപ്പും പൂക്കൾ കൈയിൽ പിടിച്ച് തലയുയർത്തി നോക്കിയപ്പോഴാണ് ദൂരെ ഇവാനെ കണ്ടത്.

“ഓയ്! ഇവാൻ!” അവൾ ഉറക്കെ വിളിച്ചു.

“ഹേയ്, മാഷ! നീയവിടെയെന്ത് ചെയ്യുകയാ?” തിരിഞ്ഞുനോ ക്കിയ ഇവാൻ വിളിച്ച് ചോദിച്ചു.

“ഞാനോ? നീയിങ്ങോട്ട് വന്നേ!” മാഷ ആഹ്ലാദത്തോടെ പറഞ്ഞു.

ഇവാൻ ഓടിവന്നു.

“നോക്കിയേ എന്ത് ഭംഗിയാ!” മാഷ പറഞ്ഞു.

“ശരിയാ, മാഷ”

“നമുക്കവിടെ ഇരുന്നാലോ?”

“ഇരിക്കാം.”

മാഷയും ഇവാനും തടാകക്കരയിലെ കൽബെഞ്ചുകളിലൊന്നിൽ ഇരുന്നു. തടാകത്തിലെ പ്രശാന്തമായ ജലപ്പരപ്പ് അവരെ ഉത്സാഹഭരിതരാക്കി.

"ലേനയും ദിയാനയുമൊക്കെയെവിടെ?" മാഷ ചോദിച്ചു.

"അവർ... ഇവാൻ അൽപമൊന്നാലോചിച്ചു." അവർ മൈതാനത്തുണ്ട്.

"കളിക്കുകയാണോ?" മാഷ ചോദിച്ചു.

"ലേന കളിക്കുകയാണ്."

"അപ്പോൾ ദിയാനയോ?"

"ദിയാന ഹെസാഷിന്റെ ഓരോ വിശേഷവും പറഞ്ഞുകൊണ്ട് ലേനയുടെ പുറകേ നടപ്പുണ്ട്." ഇവാന്റെ മറുപടി കേട്ട് മാഷ ചിരിച്ചുപോയി. "അവളുടെ ഹെസാഷ് സ്നേഹം ഇനിയും കുറഞ്ഞിട്ടില്ല." ഇവാൻ കൂട്ടിച്ചേർത്തു.

"എങ്ങനെ സ്നേഹിക്കാതിരിക്കും? അത്ര നല്ലൊരു പൂച്ചക്കുഞ്ഞല്ലേ ഹെസാഷ്?" മാഷ ചോദിച്ചു.

"ഹെസാഷൊരു പൂച്ചക്കുഞ്ഞോ? എന്റെ മാഷ, അവനിപ്പോളൊരു വയസ്സനായിക്കഴിഞ്ഞു."

"ഓഹ്, ശരിയായിരിക്കാം. പക്ഷേ, എന്റെ വായിൽ ഇപ്പോഴും പൂച്ചക്കുഞ്ഞ് എന്നേ വരുന്നുള്ളൂ. എന്തൊക്കെയായാലും, ഹെസാഷൊരു നല്ല പൂച്ച തന്നെയാ."

"മ്... നല്ല പൂച്ച! എന്നിട്ടാണോ അവൻ കഴിഞ്ഞ മാസം ദിയാനയെ മാന്തിയത്?"

"അത് മാന്തിയതൊന്നുമായിരുന്നില്ല, ഇവാൻ കളിക്കുന്നതിനിടയിൽ ഹെസാഷിന്റെ നഖം അറിയാതെയൊന്ന് ദിയാനയുടെ കൈവിരലിൽ കൊണ്ടതാ. അത്രയേയുള്ളൂ."

"അത് നിനക്കെങ്ങനെയറിയാം?"

"എനിക്കോ? എന്നോട് ദിയാന പറഞ്ഞു. നിന്നോടു പറഞ്ഞതല്ലേ?"

"ദിയാന പറഞ്ഞു, അല്ലേ? ദിയാന പിന്നെയങ്ങനെയല്ലേ! പറയൂ. ഇനിയിപ്പോൾ ഹെസാഷ് അവളെ കടിച്ചാൽപലും അവൾ അറിയാതെ പല്ല് കൊണ്ടു എന്നേ പറയൂ."

"അങ്ങനെയൊന്നുമല്ല ദിയാന പറഞ്ഞതാണ് സത്യം. ഹെസാഷ് ഒരു പാവം പൂച്ചയാ."

"മാഷ! ദിയാനയ്ക്ക് മാത്രമല്ല, നിനക്കും വട്ടാണെന്ന് എനിക്ക് മനസ്സിലായി.! ദിയാന-"

"എന്താണെന്റെ പേരിൽ ഇവിടെയൊരു തർക്കം?" ശബ്ദം കേട്ട് തലയുയർത്തി നോക്കിയ മാഷയും ഇവാനും കണ്ടത് നടന്നടുക്കുന്ന ദിയാനയെയായിരുന്നു.

"ഏയ്! ഒന്നുമില്ല, ദിയാന..." ഇവാൻ ഒരു ചിരി വരുത്താൻ ശ്രമിച്ചുകൊണ്ട് പറുങ്ങി.

"ഒന്നുമില്ലെന്നോ! ഡീ, ദിയാനാ, ദേ, ഈ ഇവാൻ പറയുകയായിരുന്നു, നമ്മുടെ ഹെസാഷ് ഒരു മോശം പൂച്ചയാണെന്ന്!" മാഷ പറഞ്ഞു. ദിയാനയുടെ മുഖം ചുവന്നു.

ഒട്ടും കാത്ത് നിൽക്കാതെ, ഇവാൻ എഴുന്നേറ്റ് ഒരൊറ്റയോട്ടം വെച്ചുകൊടുത്തു.

"നിൽക്കെടാ അവിടെ!" ദിയാന അവന്റെ പിന്നാലെ ഓടി. മാഷ പൊട്ടിച്ചിരിച്ചു.

മൈതാനത്തുനിന്നും നടന്ന് വന്ന ലേന മാഷയുടെയടുത്തിരുന്നു.

"നീയെന്താ ചിന്തിക്കുന്നത്, മാഷ?" ലേന ചോദിച്ചു.

"ഞാൻ ചിന്തിക്കുകയായിരുന്നു.. ഈ നീലത്തടാകവും, പുൽത്തകിടിയും, മരങ്ങളും, പൂക്കളും, ഇളംകാറ്റും, കിളികളും, പൂമ്പാറ്റകളും, ഇവയൊന്നും ഒരിക്കലും നമ്മളെ വീട്ട് പോകാതിരുന്നെങ്കിൽ..." മാഷ ചിന്താധീനയായി പറഞ്ഞു.

"മാഷ, നീ ഈയിടെയായി ഒരു പ്രൊഫസറിനെ പോലെ സംസാരിക്കുന്നു!" ലേന കളിമട്ടിൽ പറഞ്ഞു.

"അതല്ല, ലേന"

"എന്റെ മാഷ, ഇവയൊക്കെ നമ്മളെവിട്ട് എങ്ങോട്ട് പോകാനാ? നീ വന്നേ! എണീക്ക്! ദേ, ബെല്ലടിച്ചു. നമുക്ക് ക്ലാസിൽ പോകാം വാ."

9
അമ്പിളിയുടെ മുഖം

ആഞ്ജി അസ്വസ്ഥയായിരുന്നു. കാടിന് എന്തൊക്കെയോ മാറ്റങ്ങൾ വരുന്നുണ്ട്. ഇരുപത്തിരണ്ട്കാരനായ പെഡ്രോയും ചങ്ങാതിമാരും എപ്പോഴും തിരക്കിലാണ്.

ഒരു ദിവസം, ആഞ്ജി പുൽമേട്ടിലൂടെ നടക്കുകയായിരുന്നു. കൂടെ നാലിയുമുണ്ട്. പുൽമേട് പുഷ്പങ്ങളാൽ അലംകൃതമായിരുന്നു. പുൽമേടിന്റെ അറ്റത്ത് ഒരുകൂട്ടം മരങ്ങൾ നിന്നിരുന്നു.

പെട്ടെന്ന് ഒരു ശബ്ദം കേട്ടു. മരക്കൂട്ടങ്ങളിൽ ചേക്കേറിയിരുന്ന കിളികൾ നിലവിളിച്ചുകൊണ്ട് ചിറകടിച്ചുയർന്നു. ആഞ്ജിയും നാലിയും ഞെട്ടി. അവർ അങ്ങോട്ട് നോക്കി. ഒരു മരം വലിയ ശബ്ദത്തോടെ മറിഞ്ഞുവീണു.

ഇതെന്താ ഇങ്ങനെ? അവർ മരങ്ങൾ വീഴുന്നത് ഇതിന് മുമ്പും കണ്ടിട്ടുണ്ട്. പക്ഷേ, അവ മഴക്കാലത്ത് കൊടുങ്കാറ്റിലും മഴയിലും കടപുഴകിയതായിരുന്നു.

പക്ഷേ ഇപ്പോൾ ഒരു മഴയുമില്ല. കാറ്റുമില്ല. പിന്നെയെങ്ങനെ?

“വാ, നമുക്ക് പോയി നോക്കാം.” ആഞ്ജി തിടുക്കത്തിൽ പറഞ്ഞു.

“ആഞ്ജീ, സൂക്ഷിച്ചോണേ...” നാലി പറഞ്ഞു. ആഞ്ജി അലസമായൊന്ന് തല കുലുക്കി.

“വാ” അവർ കൈകൾ കോർത്ത് പിടിച്ച്, മരക്കൂട്ടത്തിനുള്ളിലേക്കോടി.

അവിടെയവർ ഇതുവരെ കാണാത്ത തരം മനുഷ്യരെ കണ്ടു. മനസ്സലിവാത്ത ഭാഷ സംസാരിക്കുന്ന മനുഷ്യർ. അവരുടെ കൈകളിൽ എന്തോ ഒന്നുണ്ടായിരുന്നു. നല്ല മൂർച്ചയുള്ള എന്തോ ഒന്ന്. അത് കൊള്ളുമ്പോൾ മരങ്ങൾക്ക് മുറിവേൽക്കുന്നു. എന്താണിവിടെ സംഭവിക്കുന്നത്?

അവർ ആഞ്ജിയെയും നാലിയെയും കണ്ടു. അവരിൽ ചിലർ രണ്ട് കുട്ടികളെയും ചൂണ്ടി, അടക്കിച്ചിരിച്ചു. ചിലർ എന്തൊക്കെയോ കുശുകുശുത്തു. നല്ല ഉയരമുള്ള ഒരാൾ മുന്നോട്ട് വന്നു.

നാലി പേടിച്ച് ആഞ്ജിയുടെ കൈയിൽ മുറുകെ പിടിച്ചു. ഉയരമുള്ള മനുഷ്യൻ എന്തോ ചോദിച്ചു. ഭാഷ മനസിലായില്ലെങ്കിലും അയാളുടെ ശബ്ദത്തിലെ നീരസം ആഞ്ജിയും നാലിയും നിഷ്പ്രയാസം വായിച്ചെടുത്തു.

“നിങ്ങളിവിടെയെന്താണ് ചെയ്യുന്നത്?” ആഞ്ജി ധൈര്യം സംഭരിച്ച് ചോദിച്ചു. മറ്റേ മനുഷ്യർ പൊട്ടിച്ചിരിച്ചു. ഉയരം കൂടിയ ആൾ മൂർച്ചയുള്ള ആ ഉപകരണം ഉയർത്തിപ്പിടിച്ചു. എന്നിട്ട് പുരികക്കൊടികൾ പുച്ഛത്തോടെ ഉയർത്തി, അടുത്തേക്ക് വന്നു.

ആഞ്ജിയുടെയും നാലിയുടെയും നെഞ്ചിടിപ്പ് കൂടി. ഇരുവരും തിരിഞ്ഞോടി. പുറകിൽ കൂട്ടച്ചിരി മുഴങ്ങി. ആഞ്ജിയും നാലിയും കുതിച്ചോടി.

ദൂരെ ഒരു സംഘം ചെറുപ്പക്കാർ വിഷം പുരട്ടിയ അമ്പുകളുമായി, കുരങ്ങുകൾക്ക് പിന്നാലെ പോകുന്നത് അവർ കണ്ടു.

“പെഡ്രോ! പെഡ്രോ!” ആഞ്ജിയും നാലിയും ഉറക്കെ വിളിച്ചു. ചെറുപ്പക്കാർ തലയുയർത്തി നോക്കി.

“എന്താ?” പെഡ്രോയടങ്ങുന്ന സംഘം വിളിച്ച് ചോദിച്ചു.

“അപകടം! “കുട്ടികൾ പറഞ്ഞു. പെഡ്രോയും കൂട്ടരും പരസ്പരം നോക്കി.

ആഞ്ജിയും നാലിയും അവരുടെയടുത്തെത്തി.

“മരങ്ങൾ-മരങ്ങൾ വീഴുന്നു... കുറേ ആളുകൾ...” കുട്ടികൾ കിതച്ച്കൊണ്ടു പറഞ്ഞു.

"എവിടെ?" ആകെ പരിഭ്രാന്തരായ പെഡ്രോയും കൂട്ടുകാരും ചോദിച്ചു.

"അവിടെ... പുൽമേടിനപ്പുറത്ത്..." കുട്ടികൾ പുൽമേടിനുനേരെ കൈചൂണ്ടി.

പെഡ്രോയും ചങ്ങാതിമാരും തിരക്കിട്ട് അങ്ങോട്ട് നടന്നു. ആഞ്ജിയും നാലിയും അവരുടെ പുറകേ പോകാൻ തുനിഞ്ഞു.

"ആഞ്ജീ! നാലീ! നിങ്ങൾ വീട്ടിൽ പോ!" പെഡ്രോ തറപ്പിച്ച് പറഞ്ഞു.

"അല്ല, പെഡ്രോ-"

"വീട്ടിൽ പോ!"

ആഞ്ജിയും നാലിയും മൂകരായി തിരിച്ച് നടന്നു. അവർ ഒന്നും സംസാരിച്ചില്ല. നാലി അവളുടെ കുടിലിൽ കയറി. ആഞ്ജി തന്റെ കുടിലിൽ തനിച്ചിരുന്നു.

സന്ധ്യ വന്നുപോയി. ആരും വന്നില്ല. ചന്ദ്രനുദിച്ച ചെറ്റക്കുടിലിന്റെ തണുത്ത മൂലയിൽ ഒറ്റയ്ക്കിരിക്കുന്ന കൊച്ചുപെൺകുട്ടിയെ വാത്സല്യം വഴിയുന്ന മിഴികളാലെ നോക്കിയങ്ങനെ നിന്നു ചന്ദ്രൻ.

രാവേറെയായി. ആഞ്ജിയുടെയുള്ളിലെ വിഷാദം കനത്ത് വന്നു. ആർദ്ധരാത്രി കഴിഞ്ഞു. പെട്ടെന്ന് വാതിൽ തള്ളിത്തുറന്ന് പെഡ്രോ അകത്തു വന്നു.

ആഞ്ജി തലയുയർത്തി നോക്കി. പെഡ്രോ അവളെ നോക്കി ഒരു നിമിഷം നിന്നു. എന്നിട്ട് ചോദിച്ചു : "നീയിത് വരെ ഉറങ്ങിയില്ലേ?"

"പെഡ്രോ അവർ പോയോ?" ആഞ്ജി ചോദിച്ചു. പെഡ്രോ ഒന്നും പറയാതെ പുതപ്പ് വലിച്ചിട്ട് കിടന്നു. ആഞ്ജി അനങ്ങിയില്ല. അവൾ മെല്ലെ തലചെരിച്ച്, ജനാലയിലൂടെ ചന്ദ്രനെ നോക്കി. അവളുടെ നോട്ടം ചെന്ന് ചന്ദ്രന്റെ മേൽ തറച്ചു. ചന്ദ്രൻ മുഖം താഴ്ത്തി.

10
ആർദ്രസ്വരം

മാഷ ആകെ അസ്വസ്ഥനായിരുന്നു. എന്തെങ്കിലും ചെയ്യണം. ചെയ്തേ പറ്റൂ. അവളുടെ മനസ്സ് എരിഞ്ഞുകൊണ്ടിരുന്നു. സ്കൂൾ ബസ്സിൽ ഇരിക്കുമ്പോൾ അവൾ ഒന്നും മിണ്ടിയില്ല.

"എന്ത്പറ്റി മാഷ?" ഇവാൻ ചോദിച്ചു. മാഷ അതൊന്നും കേൾക്കുന്നത്പോലു മില്ലായിരുന്നു. അവളുടെ മനസ് തലേരാത്രി കണ്ട സ്വപ്നത്തിൽ തന്നെ ഉടക്കിനിന്നു.

കാട്. ഒരു കൂട്ടം ആളുകൾ മരങ്ങൾ മുറിച്ചിടുന്നു. അപ്പുറത്ത് ചെറ്റക്കുടിലിൽ തനിച്ചിരിക്കുന്ന ഒരു കൊച്ചുപെൺകുട്ടി. തന്റെ അതേ പ്രായമാകും. നീണ്ട കറുത്ത മുടി. കറുത്ത കണ്ണുകൾ, തവിട്ട് നിറം. ഇതായിരുന്നു ആ സ്വപ്നം.

ക്ലാസ് മുറിയിലിരുന്നപ്പോൾ മാഷയുടെ മനസ്സ് പാഠങ്ങൾക്ക് വഴങ്ങാൻ കൂട്ടാക്കിയില്ല. അത് അങ്ങ് ദൂരെ മഴക്കാടുകളിൽ പാറി നടന്നു.

"...ശരി. മാഷ പറയൂ: ഏതാണ് ഭൂമിയിലെ ഏറ്റവും വലിയ വൻകര?" അധ്യാപികയുടെ ശബ്ദം മാഷ കേട്ടില്ല. "മാഷ! മാഷാ!" അധ്യാപികയുടെ ഒച്ച പൊങ്ങി. മാഷ അത് കേട്ടില്ല. "ഹേയ് മാഷ!" അധ്യാപിക ദേഷ്യത്തോടെ മേശയിൽ അടിച്ച് ശബ്ദമുണ്ടാക്കി.

ചിന്തകളിൽ നിന്നും ഞെട്ടിയുണർന്ന മാഷ, ഇനിയും ആമസോൺ മഴക്കാട്ടുകളിൽ നിന്നും മടങ്ങിവരാത്ത മനസുമായി, അധ്യാപികയെ വെറുതേ തുറിച്ച് നോക്കി.

"മാഷ... എണീക്ക്..." ഇവാൻ തിടുക്കത്തിൽ മന്ത്രിച്ചുകൊണ്ട് മാഷയെ തള്ളി. മാഷ എഴുന്നേറ്റ് നിന്നു.

"ഉത്തരം പറ, മാഷ!" അധ്യാപിക ആക്രോശിച്ചു.

"മാഡം വസീലിയ, ചോദ്യം എന്തായിരുന്നു?" ആമസോണിൽ നിന്നും തിരികെ പുറപ്പെട്ട മനസുമായി, മാഷ ചോദിച്ചു.

"ആഹാ! നന്നായി! ചോദ്യം പോലും അവൾ കേട്ടിട്ടില്ല! നീയെന്താ ഉറങ്ങുകയായിരുന്നോ?" അധ്യാപിക തുള്ളാൻ തുടങ്ങി. മാഷ തീർത്തും നിർവികാരയായി നിന്നു.

"മാഷ... ചോദ്യം... ലോകത്തിലെ ഏറ്റവും വ-" ഇവാൻ മന്ത്രിച്ച് തുടങ്ങിയപ്പോഴേക്കും അധ്യാപിക ഒച്ചയിട്ടു: "ഇവാൻ! എന്തിനാണ് ചോദ്യം പറഞ്ഞുകൊടുക്കുന്നത്? ഗെറ്റ് ഔട്ട്! ഉം! രണ്ട് പേരും! ക്ലാസിന് വെളിയിൽ!"

മാഷയും ഇവാനും ക്ലാസ് മുറിയിൽ നിന്നും പുറത്തേക്ക് നടന്നു. ക്ലാസ്സ്മുറിയുടെ വാതിലിനിരുവശവുമായി, വരാന്തയിൽ ചുമരും ചാരി നിൽക്കവേ, ഇവാൻ ദേഷ്യത്തോടെ പറഞ്ഞു: "നമ്മുടെ പണ്ടത്തെ മാഡം നിവാൻക എത്ര നല്ല അധ്യാപികയായിരുന്നു! ഈ മാഡം വസീലിയ എന്തൊരു സാധനമാണ്! ശരിക്കും ഒരു ബാബായാഗാ! എത്ര ചെറിയ കാര്യത്തിനാണ് നമ്മളെ പുറത്താക്കിയത്! അല്ല, നിനക്കെന്താണ് പറ്റിയത്, മാഷ?" മാഷ അതും കേൾക്കുന്നുണ്ടാ യിരുന്നില്ല. ഇവാൻ ദീർഘമായി നിശ്വസിച്ചു.

ഉച്ചഭക്ഷണത്തിന് ശേഷമുള്ള ഒഴിവ് സമയത്ത്, മാഷയും ഇവാനും ലേനയും ദിയാനയും തടാകക്കരയിലെ കൽബെഞ്ചിൽ ഇരിക്കുകയായിരുന്നു.

ഇത് പറ്റിയ സമയമാണ്. മാഷ നേരെയിരുന്നു.

"എനിക്കൊരു കാര്യം പറയാനുണ്ട്" അവൾ പറഞ്ഞു. മൂന്ന് പേരും താല്പര്യത്തോടെ അവളെനോക്കി. "നമ്മുടെ ലോകത്തെ ഏറ്റവും വലിയ മഴക്കാടായ ആമസോണിനെക്കുറിച്ച് അറിയാല്ലോ. ഈ ആമസോൺ കത്തിക്കൊണ്ടിരിക്കുകയാണ്. അത്--"

“ഒന്ന് നിർത്ത് മാഷ. അവയെ നമ്മൾ സംരക്ഷിക്കണമെന്നായിരിക്കും നീ പറഞ്ഞുവരുന്നത്” ദിയാന പറഞ്ഞു. മാഷ തലയാട്ടി. “ഒന്ന് പോയേ! അതിന് നമ്മളൊക്കെ എന്ത് ചെയ്യാനാ?” ദിയാന എഴുന്നേറ്റ് പോയി.

“എന്റെ മാഷ, ലോകത്തിന്റെ ഏതോ കോണിലുള്ള ഒരു കാട് കത്തുന്നതിന് നമുക്കെന്താ?” ഇവാൻ ചോദിച്ചു.

“അങ്ങനെയല്ല, ഇവാൻ – “ മാഷയെ മുഴമിപ്പിക്കാനനുവദിക്കാതെ ഇവാൻ പറഞ്ഞു: “മാഷ, നിനക്ക് വേറെ വല്ലതും പറയാനുണ്ടോ? എടീ, എവിടെയോ ഉള്ളൊരു കാട് കത്തുന്നു എന്ന് വെച്ച് അതിനെ രക്ഷിക്കാനെന്നുംപറഞ്ഞ് നമ്മളിവിടെക്കിടന്ന് വെറുതേ സമയം പാഴാക്കുന്നതെന്തിനാ? എനിക്ക് സോക്കർ കളിക്കണം. ഞാൻ പോകുന്നു.” ഇവാൻ എഴുന്നേറ്റു. മാഷയ്ക്ക് ആശ്ചര്യം തോന്നി.

“ഇവാൻ, നീ – “ അവൾ പറഞ്ഞുതുടങ്ങി.

“ലേന നീ, സോക്കറിന് വരുന്നോ?” ഇവാൻ അവളെ അവഗണിച്ചുകൊണ്ട് ചോദിച്ചു. ലേന നിഷേധാർത്ഥത്തിൽ തലകുലുക്കി. “എന്നാൽ ഞാൻ പോയി, സോക്കർ കളിക്കട്ടെ!” ഇവാൻ ഓടിപ്പോയി.

മാഷ തല കുനിച്ചിരുന്നു. തന്റെ മൃദുവായ കൈപ്പത്തി മാഷയുടെ ചുമലിൽ വെച്ചുകൊണ്ട്, ആർദ്രമായ സ്വരത്തിൽ ലേന പറഞ്ഞു: “മാഷ, ഞാനുണ്ടാവും നിന്റെ കൂടെ.”

11
രക്തച്ചുവപ്പ്

പതിയെ പതിയെ ചന്ദ്രൻ വിട ചൊല്ലി. താരകങ്ങളുടെ വെള്ളിവെളിച്ചം അണഞ്ഞു. ആകാശത്താകെ നനഞ്ഞ ഒരു കടലാസിൽ എന്ന പോലെ ചുവപ്പുനിറം പടർന്നു.

ആഞ്ജി നെടുവീർപ്പിട്ടുകൊണ്ട് പെഡ്രോയെ നോക്കി. അവൻ ഗാഢനിദ്രയിലാണ്. അവൾ എഴുന്നേറ്റു. ശബ്ദമുണ്ടാക്കാതെ വാതിൽ തുറന്ന്, പുറത്തിറങ്ങി. ചുറ്റുവട്ടത്തുള്ള കുടിലുകൾ ഉണർന്നിട്ടില്ല.

ആഞ്ജി അരുവിയുടെയടുത്ത് ചെന്നു. ഇത്രനാളും ആനന്ദത്തിന്റെ മാസ്മരികമായ ഗാനങ്ങൾ പാടിയൊഴുകിയിരുന്ന അരുവിയുടെ സ്വരത്തിൽ ഒരു നേർത്ത വിഷാദമുണ്ടെന്ന്, ആദ്യമായി അവൾക്ക് തോന്നി.

അവൾ ആകാശത്തേക്ക് നോക്കി. അതിരുകളില്ലാത്ത ആ വിശാലമായ ഇടത്ത് രക്തച്ചുവപ്പാർന്ന സൂര്യൻ ഉദിച്ചുയർന്നു. ആഞ്ജി അരുവിയിലിറങ്ങി. മുട്ടറ്റം വെള്ളമുണ്ട്. അവൾ അതിലൂടെ മുന്നോട്ട് നടന്നു.

അൽപദൂരം ചെന്നപ്പോൾ കാൽ തെന്നി, അവൾ മറിഞ്ഞുവീണു. ആകെ നനഞ്ഞു. എന്തൊരു കുളിര്. ആഞ്ജി എഴുന്നേറ്റ് വീണ്ടും നടന്നു. അരുവിയുടെ കൊലുസണിഞ്ഞ പാദങ്ങളെ പിന്തുടർന്ന് അവൾ മുന്നോട്ടുപോയി.

ഈ അരുവിയുടെ ഉത്ഭവം കണ്ടുപിടിക്കണം എന്നൊരാശ അവളിൽ നിറഞ്ഞു. അവൾ ഒഴുക്കിനെതിരെ നടന്നു.

അരുവി അവളെ കൊടുങ്കാട്ടിലേക്കാണ് കൊണ്ടുപോയത്. മരങ്ങൾക്കിടയിലൂടെ, ചെടികൾക്കും കുറ്റിക്കാടുകൾക്കും ഇടയിലൂടെ...

ഒരു ചെറുകുന്ന്. ഇടതൂർന്ന് വളർന്ന് നിൽക്കുന്ന വൃക്ഷങ്ങൾ കാരണം കരിംപച്ച നിറമുള്ള കുന്ന്. ഇടയ്ക്കിടെ പാറക്കൂട്ടങ്ങൾ ഉയർന്ന് കാണാം.

അരുവിയുടെ വഴിതേടി, ആഞ്ജി കുന്ന് കയറി. കുന്നിന്റെ കൂടുതൽ കൂടുതൽ മുകളിലേക്ക് പോകുന്തോറും അരുവിയുടെ ആഴം കുറയുകയും, കുളിര് കൂടുകയും ചെയ്തു.

ഒടുക്കം, അരുവിയൊരു ചെറുചാലായി, ഒരു പാറയിടുക്കിൽ ഒതുങ്ങി. ആഞ്ജി ആ പാറയിടുക്കിനകത്തേക്ക് കയറി. അരുവിയുടെ പിറവി ഒരു ഉറവ. ആഞ്ജി അവിടെയിരുന്നു. നിഷ്ക്കളങ്കമായ ആ കുഞ്ഞുറവ അവളെ പുണർന്നു.

ആഞ്ജി താഴോട്ട് നോക്കി. ഉറവയിലെ തെളിനീര് താഴോട്ടൊരു ചാലായൊഴുകി, കരുത്താർജിച്ച് ഒരരുവിയായിത്തീരുന്നു.

പെട്ടെന്ന്, അടിവയറ്റിൽ ഒരു നേരിയ വേദന. എന്താണിത്? ആഞ്ജിയുടെ തുടകളിൽ രക്തം പരന്നു. അവൾ മെല്ലെയെഴുന്നേറ്റു.

അപ്പോഴാണ്, അങ്ങ് ദൂരെ അഗ്നിവർണം കണ്ടത്. ആഞ്ജി ശ്രദ്ധിച്ച് നോക്കി. അങ്ങകലെ പുൽമേട് കത്തുകയായിരുന്നു. തീയോ? കിളികൾ ഉറക്കെ ബഹളം വെച്ചുകൊണ്ട് പറന്നകലുന്നു. മുയൽക്കുട്ടികൾ ജീവനുംകൊണ്ടോടുന്നു. ദൂരെ.. ദൂരെ..

ആഞ്ജി ചകിതയായി ഇരുന്നു. അവൾ നനഞ്ഞ പാറയോട് പറ്റിച്ചേർന്നു. ഉറവ അവളെ തഴുകി. ഉറവയുടെ കരങ്ങൾ അവളെ ചേർത്തുപിടിച്ചു. ആഞ്ജി തേങ്ങി. നനവൂറുന്ന കറുമ്പൻ പാറയിൽ മുഖമമർത്തി അവൾ തേങ്ങിക്കരഞ്ഞു.

ഉറവയിലെ കുളിർജലം പരിശുദ്ധമായ അരുവിയായി ഒഴുകി; അവളുടെ രക്തച്ചുവപ്പുമായി...

12
കൽക്കെട്ടിന് പുറകിൽ

ദിവസങ്ങൾ കടന്നുപോയി; മാസങ്ങളും മഞ്ഞ് പെയ്യാൻ തുടങ്ങി. കമ്പിളിത്തൊപ്പിയും കൈയുറകളും സ്വെറ്ററും ബൂട്ട്സും ധരിച്ച്, മാഷയും ലേനയും തടാകക്കരയിലെ പതിവ് കൽബെഞ്ചിൽ ഇരിക്കുകയാണ്. തടാകം ഉറഞ്ഞ് ഐസായി മാറിയിരുന്നു. പുഷ്പങ്ങൾ മഞ്ഞിനടിയിലേക്ക് തലവലിച്ച്, സുഖ നിദ്രയിലാണ്.

മാഷ വെറുതേ, കഴുത്തിൽ ചുറ്റിയിരുന്ന സ്കാർഫ് അഴിച്ചുനോക്കി. മഞ്ഞുകാറ്റ് വീശി. അവൾ വീണ്ടും സ്കാർഫ് ധരിച്ചു.

പെട്ടെന്നാണ് ദൂരെ നിന്നും ദിയാനയും ഇവാനും ഓടിവന്നത്. ദിയാന നിലവിളിക്കുന്നുണ്ടായിരുന്നു. ഇരുവരും പരിഭ്രാന്തരായി രുന്നു.

"എന്തുപറ്റി?" മാഷയും ലേനയും ബെഞ്ചിൽ നിന്നും എഴു ന്നേറ്റുകൊണ്ട് ചോദിച്ചു. ഇവാനും ദിയാനയും ഒന്നും പറയാതെ ഓടിപ്പോയി. മാഷയും ലേനയും പരസ്പരം നോക്കി. "വാ, പോയി നോക്കാം.."

അവർ നടന്നു. മഞ്ഞിൽ പുതഞ്ഞ് നിൽക്കുന്ന ഒരു കൽക്കെ ട്ടിന് മുന്നിലെത്തിയപ്പോൾ അവർ നിന്നു. അവിടെ നിന്നായിരുന്നു ഇവാനും ദിയാനയും ഓടിവന്നത്.

കൽക്കെട്ടിന് പിന്നിൽ ഒരനക്കം. മെല്ലെ, മഞ്ഞ് മൂടിക്കിട ന്ന കൽക്കെട്ടിന്റെ പുറകിൽ നിന്നു. രോമാവൃതമായ ഒരു മുഖം ദൃശ്യമായി ലേന ഞെട്ടി, പുറകോട്ട് മാറി.

വെളുവെളുത്ത രോമങ്ങൾ നിറഞ്ഞ വലിയ മുഖം. കറുത്ത മൂക്ക്. ആർദ്രമായ നയനങ്ങൾ. ഹിമക്കരടി! മാഷയുടെ കണ്ണുകൾ വികസിച്ചു. താൻ സ്വപ്നം കാണുകയാണോ? ഹിമക്കരടി കൽക്കെ ട്ടിന് പിന്നിൽ നിന്നും പുറത്തേക്ക് വന്നു. ലേന നിലവിളിച്ചു. അവൾ മാഷയെയും വലിച്ചുകൊണ്ട് ഓടി.

ക്ലാസ്സ്മുറിയുടെ വരാന്തയിൽ എത്തിയപ്പോഴാണ് അവർ നിന്നത്. അവിടെ ഇവാനും ദിയാനയും ഇരിക്കുന്നുണ്ടായിരുന്നു.

“കൈ വീട്” മാഷ തന്റെ കൈയിൽ മുറുകെ പിടിച്ചിരിക്കുന്ന ലേനയുടെ കൈ വിടുവിച്ചു. “നീയെന്തിനാ ഓടിയത്?” അവൾ ലേനയോട് ചോദിച്ചു.

“ഓടാതെ പിന്നെ? ഹിമക്കരടി മുന്നിൽ വന്ന് നിൽക്കുമ്പോൾ ഞാൻ ചെന്നതിനെ ചുംബിക്കണോ?” ലേന പേടിയും ആശ്ചര്യ വും ദേഷ്യവും കലർന്ന സ്വരത്തിൽ ആകെ ചകിതയായി പറഞ്ഞു.

“നിങ്ങൾ ഹിമക്കരടികളെക്കുറിച്ച് പഠിക്കുകയാണോ” അതുവഴി കടന്നുപോവുക യായിരുന്ന മുതിർന്ന പയ്യൻ സാഷ ചോദിച്ചു.

“നീയൊന്ന് മിണ്ടാതെ പോയേ! നിനക്കെപ്പോഴും പഠിപ്പ്, പഠിപ്പ് എന്നൊരു വിചാരമേയുള്ളൂ.” ഇവാൻ നീരസത്തോടെ പറഞ്ഞു. അകാരണമായ ആ പൊട്ടിത്തെറിയിൽ തെല്ലൊര ത്ഭുതത്തോടെ എന്തോ പിറുപിറുത്തുകൊണ്ട് സാഷ തല താഴ്ത്തി നടന്നുപോയി.

“നീയെന്തിനാ അവനോട് വെറുതേ ദേഷ്യപ്പെട്ടത്? നിനക്ക് ഈയിടെയായി ദേഷ്യം ലേശം കൂടുന്നുണ്ട് ഇവാൻ” മാഷ നീരസം കലർന്ന ശബ്ദത്തിൽ പറഞ്ഞു.

“ഓഹോ! ഞാൻ എല്ലാം അവനോട് പറയണമായിരുന്നു എന്നാണോ നീ ഉദ്ദേശിക്കുന്നത്? എന്നിട്ട് വേണം വെറുതെ ഓരോന്ന് സങ്കൽപ്പിച്ച് കൂട്ടരുത് എന്ന് അവൻ നമ്മളെ ഉപദേ ശിക്കാൻ!” ഇവാന് ദേഷ്യം കൂടി.

“അത് വിട്, എന്നാലും ഹിമക്കരടി എങ്ങനെയാണ് ഇവിടെ യെത്തിയത്?” ചിന്താമഗ്നയായ ദിയാന ആരോടെന്നില്ലാതെ ചോദിച്ചു.

“മ്...” ഇവാൻ അത് ശരിവെച്ചു.

“ഹേയ്!” മാഷയുടെ തലയിൽ ഒരാശയം ഉദിച്ചു.

“എന്താണ്?” ഇവാനും ലേനയും ദിയാനയും അവളെ ശ്രദ്ധിച്ചു.

“നമുക്കെന്ത്കൊണ്ട് സാഷയോട് ചോദിച്ചൂകൂട. അവന് ഒരുപാടു കാര്യങ്ങളിൽ ജ്ഞാനമുണ്ടല്ലോ!” മാഷ അതിയായ ആവേശത്തോടെ, തന്റെ ആശയം കൂട്ടുകാർക്ക് മുന്നിൽ അവതരിപ്പിച്ചു. എന്നാൽ അവരുടെയൊന്നും മുഖങ്ങളിലെ മങ്ങിയ ഭാവത്തിന് യാതൊരു മാറ്റവുമില്ല എന്ന് കണ്ടപ്പോൾ, മാഷയുടെ മുഖത്ത് തിളങ്ങിനിന്ന പൊൻസൂര്യൻ നിരാശയോടെ അണഞ്ഞു.

“ഞങ്ങളൊന്നും വരുന്നില്ല. നിനക്ക് വേണേൽ പോയി ചോദിക്ക്.” ലേന അലക്ഷ്യഭാവത്തിൽ പറഞ്ഞു. തനിയെ പോകാൻ പറയുമ്പോൾ, ആശയം വേണ്ടെന്ന് വെച്ച്, മാഷ അവിടെത്തന്നെ ഇരിക്കും എന്ന വിശ്വാസത്തിലായിരുന്നു അവളും ഇവാനും ദിയാനയും. പക്ഷേ മാഷ ദൃഢനിശ്ചയത്തോടെ എഴുന്നേറ്റ് നിന്ന് ഉറച്ച സ്വരത്തിൽ പറഞ്ഞു: “ശരി നിങ്ങൾ ഇവിടെയിരിക്ക് ഞാൻ പോയി വരാം.”

മാഷ നടന്നു.

“ഏയ്! മാഷ!” ഇവാൻ വിളിച്ചു. മാഷ നിന്നു. തിരിഞ്ഞ് ഇവാന്റെ കണ്ണുകളിലേക്ക് തറപ്പിച്ച് നോക്കി. അവൻ മുഖം കുനിച്ചു.

“ഞാൻ വിട്ടുവീഴ്ചയ്ക്ക് തയ്യാറല്ല ഇവാൻ.” ഇത്രയും പറഞ്ഞ് അവൾ വീണ്ടും നടന്നു. ഇവാനോ ലേനയോ ദിയാനയോ പിന്നീട് ഒന്നും പറയാൻ ധൈര്യപ്പെട്ടില്ല.

മാഷ വരാന്തയുടെ അറ്റത്തെത്തി. അൽപമകലെ, വില്ലോ മരത്തിന്റെ ചുവട്ടിൽ നിന്നിരുന്ന ഒരു സംഘം മുതിർന്ന പെൺകുട്ടികളെ നോക്കി, മാഷ വിളിച്ചുചോദിച്ചു: “സാഷ എവിടെയാണെന്നറിയാമോ?”

“അവൻ ക്ലാസ്മുറിയിലുണ്ടാകും.” അടക്കിച്ചിരിച്ചുകൊണ്ട് ഒരുവൾ പറഞ്ഞു. മാഷ ധൃതിയിൽ മുതിർന്ന കുട്ടികൾ പഠിക്കുന്ന

ക്ലാസ്സുറികളുള്ളിടത്തേക്ക് ചെന്നു. ഒഴിവുസമയമായതിനാൽ, കുട്ടികളെല്ലാം പുറത്തായിരുന്നു. ക്ലാസ്സുറികൾ ഒഴിഞ്ഞും മൂകമായും കിടന്നു.

ഒരു ക്ലാസ്സുറിയിലെ മുൻബെഞ്ചിൽ സാഷ തനിച്ചിരിക്കുന്നുണ്ടായിരുന്നു. അവൻ ഒരു തടിച്ച പുസ്തകം വായിക്കുകയായിരുന്നു. മാഷ ക്ലാസ്സുറിയുടെ വാതിൽക്കൽ ഒരു നിമിഷം നിന്നു. എന്നിട്ട് ദൃഢമായ കാൽവെപ്പുകളോടെ അകത്തേക്ക് കയറി.

***

മാഷ ആകെ ഉലഞ്ഞിരുന്നു. അവളുടെ കാലടികൾ വിറച്ചിരുന്നു. അവൾ നടക്കാൻ പോലും പാടുപെട്ടു. അവളുടെ ഹൃദയം നെഞ്ചും തുളച്ച് കടന്ന് പുറത്തേക്ക് കുതിക്കുമെന്ന് തോന്നി. അവളുടെ മുഖം വിളറി, കടലാസ് പോലെ വെളുത്തിരുന്നു. ഇടറുന്ന കാൽവെപ്പുകൾ...

ക്ലാസ്സുറിവരാന്തയിൽ ഇരിക്കുകയായിരുന്ന ഇവാനും ലേനയും ദിയാനയും തലയുയർത്തി നോക്കി. മാഷ അവരുടെയടുത്തിരുന്നു. വളരെ യാന്ത്രികമായ ചലനങ്ങളായിരുന്നു അവളുടേത്.

"എന്ത്പറ്റി മാഷ? നീയാകെ വിളറിയിരിക്കുന്നല്ലോ. സാഷ എന്താണ് പറഞ്ഞത്? നിനക്ക് കുടിക്കാൻ വെള്ളം വേണോ?" ചങ്ങാതിമാർ പരിഭ്രമത്തോടെ അവളെ ചോദ്യംകൊണ്ട് മൂടി.

"ആമസോൺ" വിദൂരതയിലേക്ക് ഉറ്റുനോക്കിക്കൊണ്ട് മാഷ പറഞ്ഞു.

"എന്ത്?" സുഹൃത്തുക്കൾ ആശയക്കുഴപ്പത്തിലായി.

"ആമസോൺ!" ചങ്ങാതിമാരുടെ കണ്ണുകളിലേക്ക് നോക്കിക്കൊണ്ട് മാഷ ആവർത്തിച്ചു. കൂട്ടുകാർ ഞെട്ടി. അവളുടെ നോട്ടം തീപാറുന്നതായിരുന്നു. "ആർട്ടിക് മേഖലയിലെ മഞ്ഞുരുകുകയാണ്. മഞ്ഞുരുക്കം കാരണം, ജീവിക്കാൻ ഇടമില്ലാതായതിനാലാകാമത്രേ ഹിമക്കരടികൾ നാട്ടിലിറങ്ങിയത്. ഈ മഞ്ഞുരുക്കലിന് ഒരുപാട് കാരണങ്ങളുണ്ട്. അവയിൽ ഏറ്റവും പ്രധാനമാണ് വനനശീകരണം. കാടില്ലാതാകുമ്പോൾ ചൂട് കൂടും! ചൂട് കൂടുമ്പോൾ മഞ്ഞുരുകും!" മാഷ പറഞ്ഞ് നിർത്തി. ഇവാനും ലേനയും ദിയാനയും സ്തബ്ധരായി കേട്ടിരുന്നു. പതിയെപ്പതിയെ

അവരുടെ മുഖങ്ങളും വിളറാൻ തുടങ്ങിയിരുന്നു.

"ഞാൻ പറഞ്ഞത് മറന്നേക്ക് മാഷ. എന്നോട് ക്ഷമിക്ക്. നമുക്കൊരുമിച്ച് പ്രവർത്തിക്കാം; ആമസോണിന് വേണ്ടി" ഇവാൻ പറഞ്ഞു. ലേനയും ദിയാനയും അതെ എന്ന അർത്ഥത്തിൽ തലയാട്ടി. മാഷയുടെ മിഴികൾ നനഞ്ഞു.

13
ഓർമയിലെ ചോരത്തുള്ളികൾ

നിലാവിൽ വിഷാദം ഇഴചേർന്ന് കിടന്നു. കുടിലിന്റെ പുറകിൽ അരുവി ഒച്ച കേൾപ്പിക്കാതെ ഒഴുകി. അവളിപ്പോൾ താരാട്ട് മറന്നിരിക്കുന്നു.

കുടിലിനകത്ത് പെഡ്രോ മൂടിപ്പുതച്ചിരിക്കുകയാണ്. അവനഭിമുഖമായി ആഞ്ജിയും. അവൾ വിറയ്ക്കുന്നുണ്ടായിരുന്നു.

"ആഞ്ജീ നീ ഇത് പുതയ്ക്ക്" പെഡ്രോ ഒരു പുതപ്പ് അവളുടെ നേരെ നീട്ടി.

"എനിക്ക് വേണ്ട, പെഡ്രോ" ആഞ്ജി പറഞ്ഞു.

"കുറുമ്പ് കാട്ടാതെ ഇതെടുത്ത് പുതച്ചേ. നീ വിറയ്ക്കുന്നുണ്ട്" പെഡ്രോ തളർന്ന ശബ്ദത്തിൽ പറഞ്ഞു.

അവന്റെ കൈയിൽ നിന്നും പുതപ്പ് വാങ്ങി പുതയ്ക്കുന്നതിനിടയിൽ, വളരെ അപ്രതീക്ഷിതമായിട്ടാണ് അവൾ ആ ചോദ്യമെറിഞ്ഞത്: "പെഡ്രോ ശരിക്കും നമ്മുടെ അച്ഛനമമ്മയ്ക്കും എന്താണ് പറ്റിയത്?"

പെഡ്രോ നിശബ്ദനായി. ആഞ്ജി അവനെ തന്നെ തറപ്പിച്ച് നോക്കി.

"ഇനിയത് നിന്നോട് പറയാതെ നിവൃത്തിയില്ല. അവന് എങ്ങനെ തുടങ്ങണമെന്ന് അറിയില്ലായിരുന്നു."

“വെള്ള മനുഷ്യർ...” അവൻ ഒരു ദുഃസ്വപ്നത്തിലെന്ന പോലെ ഉരുവിട്ടു.

“പുറംലോകത്തെ ആളുകൾ” പെഡ്രോയുടെ മനസിൽ രക്തം പുരണ്ട ആ ഓർമച്ചിത്രങ്ങൾ തെളിഞ്ഞു. അവൻ തന്റെ ഹൃദയം തുറന്നുവെച്ചു.

വർഷങ്ങൾ പുറകോട്ട് പോയി. തനിക്ക് അന്ന് പതിനൊന്ന് വയസ്സ്. ആഞ്ജിക്ക് കഷ്ടിച്ച് ഒരു വയസ്സ്. അമ്മ അച്ഛൻ.

അന്ന് ഈ കുടിൽ കുറേക്കൂടി സജീവമായിരുന്നു, കാടും. അച്ഛൻ കൂട്ടാളികളുമൊത്ത് വേട്ടയ്ക്ക് പോകുമ്പോൾ താനും കൂടെ പോകാറുണ്ടായിരുന്നു. ഇരുണ്ട വനഹൃദയത്തിലേക്ക്..

ഒരു ദിവസം, വേട്ടയ്ക്കായി മുതിർന്നവരുമൊത്ത് ഇറങ്ങിയതായിരുന്നു പതിവുപോലെ താനും. ഇടയ്ക്ക് ക്ഷീണം മാറ്റാനായി എല്ലാവരും ഒരു വെള്ളച്ചാട്ടത്തിന്റെയടുത്തിരുന്നു. നുരഞ്ഞ്പതഞ്ഞ് പാൽപോലുള്ള ജലം അലറിക്കൊണ്ട് പാറക്കൂട്ടങ്ങളിലേക്ക് എടുത്ത്ചാടി. കുളിരുള്ള ജലകണങ്ങൾ തന്റെ കൊച്ചുമുഖത്ത് തെറിച്ചുവീണു.

പെട്ടെന്നായിരുന്നു ഒരു ശബ്ദം കേട്ടത്. എല്ലാവരും ജാഗരൂകരായി. ചിലരുടെയൊക്കെ കൈകകൾ, വേട്ടയ്ക്കായി കരുതിയിട്ടുള്ള വിഷം പുരട്ടിയ അമ്പുകളിൽ അമരുന്നത് തനിക്ക് കാണാമായിരുന്നു.

കടന്നുവന്നവർ മനുഷ്യർ തന്നെയായിരുന്നു. തനിക്ക് ആശ്വാസമായി. അന്ന് തനിക്കറിയില്ലായിരുന്നല്ലോ. മൃഗങ്ങളെക്കാൾ ഭയക്കേണ്ടത് അക്കൂട്ടരെയാണെന്ന്. അവർ നിറമുള്ള വസ്ത്രങ്ങൾ ധരിച്ചിരുന്നു. അവരുടെ തൊലി വെളുത്ത നിറമുള്ളതായിരുന്നു.

അവരുടെ മുന്നിൽ തലയുയർത്തിപ്പിടിച്ച് ഒരുവൻ നടന്നിരുന്നു. മറ്റുള്ളവർ അയാളെ “ഗൈഡ്” എന്നോ മറ്റോ ആണ് വിളിച്ചുകൊണ്ടിരുന്നത്. അവർ ചിരിച്ചു. ആ ചിരിയിലെ കുടിലത അറിയാതെ, താൻ നിന്നു.

അവർ അച്ഛന്റെ കൂട്ടുകാരിലൊരുവനെ കൈമാടി വിളിച്ചു. ആ ചങ്ങാതി മടിച്ച് മടിച്ച് അവരുടെയടുത്ത് ചെന്നു. അവർ എന്തൊക്കെയോ സംസാരിച്ചു.

അന്ന് മുതൽ കാട് മാറുകയായിരുന്നു. അവർ നമ്മുടെ മണ്ണിൽ കടന്നുകയറി, നമ്മളെ കൊള്ളയടിച്ചു. ഒരുപാടുപേരെ കൊന്നു. ഒരു രാത്രിയിൽ, കുടിലിന്റെ വാതിൽ തല്ലിത്തകർത്തു. ആകെ ബഹളമായി. ചുറ്റുമുള്ള നമ്മുടെ ആളുകൾ ഓടിക്കൂടി. ബഹളമെല്ലാമടങ്ങിയപ്പോൾ ബാക്കിയുണ്ടായിരുന്നത് ചോരയിൽ കുളിച്ച ശവശരീരങ്ങളും നിലവിളിക്കുന്ന കുഞ്ഞുങ്ങളും മാത്രമായിരുന്നു.

പെഡ്രോ കണ്ണുകൾ അടച്ചു.

"എന്തിനായിരുന്നു പുറത്തുള്ള മനുഷ്യർ ഇങ്ങോട്ട് വന്നത്? നമ്മളെ ഉപദ്രവിച്ചത്?" ആഞ്ജി പതിഞ്ഞ ശബ്ദത്തിൽ ചോദിച്ചു.

"കോക്ക ചെടികൾക്ക് വേണ്ടി!" പെഡ്രോയുടെ ഉത്തരം അവളെ അമ്പരപ്പിച്ചു.

"കോക്കയ്ക്ക് വേണ്ടിയോ? അവർക്കെന്തിനാണത്?"

"അവർ കോക്ക ഇലകളിൽ നിന്നും എന്തോ ഉണ്ടാക്കുന്നുണ്ടത്രേ. കൊക്കായിൻ.. അല്ല! കൊക്കെയ്ൻ... അങ്ങനെയെന്തോ ഒന്ന്" പെഡ്രോ പറഞ്ഞു.

"കോക്ക ഇലകൾക്ക് വേണ്ടി അവർ ആളുകളെ കൊന്നുവെന്നോ?" ആഞ്ജിയ്ക്ക് വിശ്വസിക്കാൻ പ്രയാസം തോന്നി.

"അവർ അങ്ങനെയുള്ളവരാണ് ആഞ്ജി. അവരുടെയിടയിൽ 'പണം' എന്നൊരു സാധനമുണ്ട്. അതെന്താണെന്നൊന്നും എനിക്കറിയില്ല. പക്ഷേ, പണ്ട് അച്ഛൻ പറഞ്ഞ് തന്നിട്ടുള്ളതിൽ നിന്നും ഒന്നറിയാം. അതിന് വേണ്ടി അവർ എന്തും ചെയ്യും." പെഡ്രോ പറഞ്ഞത് കേട്ട് ആഞ്ജി അസ്വസ്ഥയായി.

"ആഞ്ജീ, നിനക്കറിയാമോ, പണ്ട് നമ്മുടെ ഗോത്രത്തിൽ ഇപ്പോഴുള്ളതിന്റെ ഇരട്ടിക്കിരട്ടി ആളുകളുണ്ടായിരുന്നു. എല്ലാവരെയും അവർ കൊന്ന് മുടിച്ചു. ഇപ്പോൾ അവർ വീണ്ടും വന്നിരിക്കുന്നു. ഇത്തവണ, മഞ്ഞനിറമുള്ള തിളങ്ങുന്ന ഒരു സാധനം തേടിയാണവർ വന്നിരിക്കുന്നത്." പെഡ്രോ രോഷവും ആശങ്കയും കടിച്ചമർത്തി.

"ശേഷിക്കുന്നവർ നമ്മൾ..." ആഞ്ജി പറഞ്ഞു.

"ഈ കാടിന് കാവൽ നിന്നേ മതിയാകൂ..." പെഡ്രോ മുഴുമിപ്പിച്ചു.

14
മഞ്ഞുകട്ടകൾക്കിടയിൽ വിരിഞ്ഞത്

കുറച്ച് സമയം ഒറ്റയ്ക്കിരിക്കണമെന്ന് മാഷയ്ക്ക് തോന്നി. ക്ലാസ് മുറിയിലിരുന്ന് പോസ്റ്ററുകൾ നിർമ്മിക്കുകയാണ് അവളും ഇവാനും ലേനയും ദിയാനയും. ഉച്ചഭക്ഷണത്തിനായുള്ള ഇടവേള യായിരുന്നു അത്. വളരെപ്പെട്ടെന്ന് ഉച്ചഭക്ഷണം കഴിച്ച് തീർത്ത് അവർ നാലുപേരും പോസ്റ്റർ നിർമാണത്തിൽ ഏർപ്പെട്ടിരിക്കു കയാണ്.

മാഷ താൻ തയ്യാറാക്കിവെച്ചിട്ടുള്ള പോസ്റ്ററിലെക്കൊന്ന് കണ്ണോ യച്ചു. ആകെ പച്ചനിറം. പച്ച നിറമാർന്ന പടർപ്പിന് നടുവിൽ ഒരു ദ്വാരം. ആ ദ്വാരത്തിൽ നിൽക്കുകയാണ് ഒരു പെൺകുട്ടി. കറുത്ത നീണ്ട തലമുടി. തവിട്ട് നിറം. കൈകാലുകളിൽ വള്ളിച്ചെടികൾ ചുറ്റിപ്പിണഞ്ഞ് കിടക്കുന്നു. അവർ പച്ചിലകൾ കൊണ്ടുള്ള വസ്ത്ര മായിരുന്നു ധരിച്ചിരുന്നത്.

അവൾ നിന്നിരുന്ന ദ്വാരത്തിനപ്പുറം നിബിഡമായ വനമാണ്. വനത്തിന്റെ ആഴങ്ങളിലേക്ക് തുറക്കുന്ന ആ കവാടത്തിൽ കാടി നഭിമുഖമായി നിൽക്കുകയാണ് ആ പെൺകുട്ടി.

ആ പച്ചപ്പടർപ്പിൽ തടിച്ച കറുത്ത അക്ഷരങ്ങളിൽ മാഷ ഇങ്ങനെ എഴുതിയിരുന്നു : "ആമസോൺ മഴക്കാടുകളെ സംര ക്ഷിക്കൂ."

മാഷ മാത്രമല്ല, അവളുടെ ചങ്ങാതിമാരും ഓരോ പോസ്റ്റർ വീതം വരച്ച്, എഴുതി, നിറം കൊടുത്ത് തയ്യാറാക്കി വെച്ചിരുന്നു. അവരെല്ലാവരും അടുത്ത പോസ്റ്ററിന്റെ പണിപ്പുരയിലായിരുന്നു.

മാഷ തന്റെ പൂർത്തിയായിട്ടില്ലാത്ത പോസ്റ്ററിന്റെ മുകളിൽ ചായപ്പെൻസിൽ വെച്ചു. തിരക്ക് പിടിച്ച ജോലിയിലായിരുന്ന ചങ്ങാതിമാർ അതൊന്നും കണ്ടില്ല.

"ഞാൻ ഒന്ന് പുറത്തുപോയി വരാം." അസ്വസ്ഥതയോടെ മാഷ അത് പറഞ്ഞപ്പോൾ, ഇവാനും ലേനയും ദിയാനയും നിറം നൽകുന്നത് നിർത്തി, തലയുയർത്തി നോക്കി.

"എന്താ?" ദിയാന ചോദിച്ചു. അവൾ കാടിന്റെ മടിത്തട്ടിൽ മയങ്ങിക്കിടക്കുന്ന ഒരു വെളുത്ത പൂച്ചയുടെ ചിത്രം വരയ്ക്കുകയായിരുന്നു.

"ഞാനൊന്ന് പുറത്ത് പോയിട്ട് വരാമെന്ന്" മാഷ ആവർത്തിച്ചു.

"മാഷ, നിനക്ക് കുഴപ്പമൊന്നുമില്ലല്ലോ, അല്ലേ?" ഇവാന് സംശയമായി. മാഷ സ്വന്തം മുഖത്ത് തൊട്ട്നോക്കി. മുഖത്താകെ വിയർപ്പ് പൊടിഞ്ഞിരിക്കുന്നുവെന്ന് അപ്പോഴാണവൾക്ക് മനസ്സിലായത്.

"ഏയ്! ഇല്ല ഇവാൻ. എനിക്ക് കുഴപ്പമൊന്നുമില്ല" അവൾ പറഞ്ഞു.

"നിനക്കുറപ്പാണല്ലോ?" ലേന ചോദിച്ചു. മാഷ അനുകൂലഭാവത്തിൽ തലകുലുക്കിക്കൊണ്ട് എഴുന്നേറ്റു. നിശബ്ദയായി പുറത്തേക്ക് നടന്നു.

"കുറച്ച് സമയം തടാകത്തിന്റെ കരയിൽ ഒറ്റയ്ക്കിരിക്കുമ്പോൾ ശരിയായിക്കൊള്ളും" ലേന ഇവാന്റെ കാതിൽ മന്ത്രിച്ചു. ഇവാൻ തലയാട്ടി.

ലേന ഊഹിച്ചത് പോലെ തന്നെ മാഷ തടാകക്കരയിലേക്ക് ചെന്നു. പതിവ് കൽബെഞ്ചിൽ ഇരുന്നില്ല. അവിടെ ലേനയുടെ ഊഹം തെറ്റി, മാഷ നേരെ പോയത് മഞ്ഞ്കട്ടകൾ നിറഞ്ഞ വിജനമായ പ്രദേശത്തേക്കാണ്. ശൈത്യകാലത്ത് അവിടേക്ക് പോകാൻ വിദ്യാർത്ഥികൾക്ക് അനുവാദമുണ്ടായിരുന്നില്ല.

അവൻ ഇവിടെത്തന്നെയുണ്ടാവും.. മാഷയുടെ മനസ് ഉരുവിട്ടു. അത് ശരിയാണെന്ന് തെളിയിച്ച് കൊണ്ട് മഞ്ഞ്കട്ടകളുടെ ഇടയിൽ നിന്നും ഒരു വലിയ ഹിമക്കരടി പുറത്തുവന്നു.

മാഷയുടെ ഹൃദയം തരളിതമായി. സ്വന്തം പാർപ്പിടം ഉരുകിയില്ലാതാകവേ, പ്രാണരക്ഷാർത്ഥം ഓടിപ്പോന്ന പാവം ജീവി. അവൾ ഓർത്തു.

മനുഷ്യക്കുട്ടിയെ മുന്നിൽ കണ്ട ഹിമക്കരടി ആശങ്കയോടെ മുരളാൻ തുടങ്ങി.

"അങ്ങനെയല്ല. ഞാൻ നിന്റെ ശത്രുവല്ല." മാഷ സൗമ്യമായി പറഞ്ഞു. പക്ഷേ ഹിമക്കരടിയുടെ ഭാവം മാറിയില്ല. അത് ഒരാക്രമണത്തിന് തയ്യാറെടുക്കുകയായിരുന്നു.

മാഷയുടെ ഉള്ളിൽ നിന്നും ആരോ ഏകിയ പ്രേരണയാൽ, സ്വയമറിയാതെ തന്നെ അവൾ മഞ്ഞിൽ മുട്ട്കുത്തി. അവൾ മുന്നിലെ ഹിമക്കരടിയുടെ ക്രൗര്യം മുറ്റിനിൽക്കുന്ന കണ്ണുകളിലേക്ക് നോക്കി.

"നിന്നെ തെറ്റ് പറഞ്ഞിട്ട് കാര്യമില്ല." മാഷയുടെ വായിൽ നിന്നും വാക്കുകൾ താനേ പ്രവഹിക്കുകയായിരുന്നു.

"എനിക്കറിയാം. ഞാനടങ്ങുന്ന മനുഷ്യവർഗത്തിന്റെ ക്രൂരതകൾ കൊണ്ടാണ് നിനക്ക് ഈ ഗതി വന്നതെന്ന്. ഞാൻ എനിക്ക് പറ്റുന്നതെല്ലാം ചെയ്യുന്നുണ്ട്. എന്റെ കൂട്ടുകാരും. ഞാൻ മനുഷ്യവർഗത്തിന്റെയാകെ പേരിൽ നിന്നോടു മാപ്പ് ചോദിക്കുന്നു..." മാഷ പറഞ്ഞ് നിർത്തിയപ്പോൾ അവൾക്ക് തന്നെ ആശ്ചര്യം തോന്നി. അവളുടെ ഹൃദയമായിരുന്നു സംസാരിച്ചത്.

ഹിമക്കരടിയുടെ കണ്ണുകളിലെ ക്രൗര്യം വാത്സല്യത്തിന് വഴിമാറുന്നത് അത്ഭുതത്തോടെ മാഷ കണ്ടു. ഹിമക്കരടി അവൾക്കഭിമുഖമായി ഇരുന്നു. എന്തിനെന്നറിയാതെ മാഷയുടെ കണ്ണുകൾ നിറഞ്ഞൊഴുകി. അവൾ മുന്നോട്ടാഞ്ഞ് കൂറ്റൻ ഹിമക്കരടിയെ തനിക്കാവുന്ന വിധത്തിൽ കെട്ടിപ്പുണർന്നു.

ഹിമക്കരടി തന്നെ ചേർത്തുപിടിച്ചുവോ? കണ്ണുകൾ തുറന്ന് മാഷ ഹിമക്കരടിയെ നോക്കി. അവളുടെ കണ്ണുനീർ ആ വലിയ മൃഗത്തിന്റെ വെളുത്ത രോമങ്ങളിൽ വീണു.

"ഞാൻ നിന്നെ ല്യബ്ല്യ എന്ന് വിളിക്കും" മാഷ മന്ത്രിച്ചു. ല്യബ്ല്യ എന്നാൽ സ്നേഹം എന്നാണർത്ഥം. "എന്റെ മനസിൽ തോന്നുന്ന ഒരു കഥ ഞാൻ പറയട്ടെ?" അവൾ ചോദിച്ചു. ഹിമക്കരടി സമ്മതഭാവത്തിൽ തലയാട്ടിയതായി അവൾക്ക് തോന്നി.

"എന്നെപ്പോലെ ഒരു കുട്ടി" മാഷ പറഞ്ഞ് തുടങ്ങി. ഹിമക്കരടിയായ ല്യബ്ല്യ കാത്കൂർപ്പിച്ചു. മാഷ തുടർന്നു. "ഞാൻ തന്നെയാണവളെന്ന് കൂട്ടിക്കോ. അവളുടെ പേരും മാഷ എന്ന് തന്നെയാണെന്ന് കരുതിക്കോ. അവളുടെ കണ്ണുകളിൽ വന്യതയുണ്ടായിരുന്നു. ല്യബ്ല്യ, ഞാൻ ലേശം സാഹിത്യം കലർത്തി പറയുന്നതിൽ വിരോധമൊന്നുമില്ലല്ലോ, അല്ലേ?"

മാഷയുടെ സ്കൂളിനടുത്ത് ഒരു കൊച്ചുവനപ്രദേശമുണ്ടായിരുന്നു. ഒഴിവ് സമയങ്ങളിൽ ആ വനപ്രദേശത്ത് ചുറ്റിനടക്കുക എന്നതായിരുന്നു അവളുടെ പ്രിയപ്പെട്ട വിനോദം. എങ്കിലും, കുറേ ദിവസങ്ങളിലൊക്കെ അവൾ ചങ്ങാതിമാർക്കൊപ്പം കളിക്കാറുണ്ട്.

ഒരു ദിവസം, മാഷ ഒറ്റയ്ക്ക് കൊച്ചുവനപ്രദേശത്തുടെ നടക്കുകയായിരുന്നു. അവളുടെ ഷൂസിനടിയിൽ കരിയിലകളും ചുള്ളിക്കമ്പുകളും ഞെരിഞ്ഞമർന്നു. പെട്ടെന്ന് അവൾക്ക് എന്തോ ഒരപാകത തോന്നി. അവൾ നിന്നു. ഷൂസും സോക്സും അഴിച്ച്മാറ്റി. അരികെ കണ്ട ഒരു തൈച്ചെടിയുടെ ചുവട്ടിൽ വെച്ചു. എന്നിട്ട്, യാത്ര തുടർന്നു.

അൽപംകൂടി മുന്നോട്ട് നടന്നപ്പോൾ കാലിൽ എന്തോ തടഞ്ഞു. നഗ്നപാദങ്ങളാൽ മണ്ണിനെ തൊട്ടറിഞ്ഞായിരുന്നല്ലോ നടപ്പ്. മാഷ നിന്നു. എന്താണിത്? അവൾ കുനിഞ്ഞ് മണ്ണ് നീക്കിനോക്കി.

അതൊരു പുസ്തകമായിരുന്നു! അതെ! കരിയിലകൾക്കിടയിൽ മണ്ണിൽ പുതഞ്ഞ്കിടന്ന ഒരു പുസ്തകം! "മാഷയുടെ കഥ അത്രയുമായപ്പോൾ ല്യബ്ല്യ അസ്വസ്ഥനായി തലവെട്ടിച്ചു. എന്താണ് കാര്യം?" മാഷ തലയുയർത്തി നോക്കി.

മുന്നിൽ ഭയപ്പാടോടെ നിൽക്കുകയാണ് തന്റെ ചങ്ങാതിമാർ. മാഷയെ തേടിയിറങ്ങിയ ഇവാനും ലേനയും ദിയാനയും കണ്ടത് ഒരു വലിയ ഹിമക്കരടിയോടുപറ്റിച്ചേർന്ന് കിടന്നു കഥ പറയുന്ന മാഷയെയായിരുന്നു.

15
ആയുധം

"ആഞ്ജീ, ഇനിയിതില്ലാതെ പറ്റില്ല." പെഡ്രോയുടെ ഉറച്ച സ്വരം കേട്ട്, തല പൊക്കി നോക്കിയ ആഞ്ജി കണ്ടത് ഒരു വില്ലും ഏതാനും അമ്പുകളുമായി നിൽക്കുന്ന പെഡ്രോയെ ആണ്. അവന്റെ കുറച്ച് കൂട്ടുകാരും കൂടെയുണ്ട്. മാഷ വെയിലിൽ നീരാടി നിൽക്കുന്ന പുൽത്തകിടിയിൽ നിന്നും എഴുന്നേറ്റു.

"ഇത് വേട്ടയ്ക്കുള്ള ആയുധങ്ങളല്ലേ? നമ്മൾ ഇപ്പോൾ വേട്ടയ്ക്ക് പോവുകയാണോ? നീയെന്നെ വേട്ട പഠിപ്പിക്കാൻ ഒരുങ്ങിയതാ?" ആഞ്ജി നിഷ്ക്കളങ്കമായി ചോദിച്ചു.

പെഡ്രോയുടെ കൂട്ടുകാർ പരസ്പരം നോക്കി.

"അതല്ല, ആഞ്ജലിന" ഒരുവൻ പറഞ്ഞു.

"പിന്നെ?" അവൾ ചോദിച്ചു.

"സ്വയരക്ഷയ്ക്ക്. പിന്നെ കാടിന്റെ രക്ഷയ്ക്ക്" പെഡ്രോ പറഞ്ഞു.

"എന്താ പെഡ്രോ നീ പറയുന്നത്?" ആഞ്ജി അപ്പോഴും ഒരു കുട്ടി തന്നെയായിരുന്നു.

"വെള്ളമനുഷ്യരെ നേരിടാൻ പഠിച്ചേ തീരൂ ആഞ്ജീ" പെഡ്രോയുടെ കണ്ണുകളിൽ കത്തിനിന്ന തീക്ഷ്ണതയുടെ അർത്ഥം അവൾ മനസിലാക്കി.

പെഡ്രോയും ചങ്ങാതിമാരും ചേർന്ന് ആഞ്ജിയെ അമ്പെയ്യാൻ പഠിപ്പിച്ചു. അമ്പുകളിൽ വിഷം പുരട്ടുന്ന വിദ്യ പഠിപ്പിച്ചു.

പിന്നീടങ്ങോട്ട് ഗോത്രത്തിലെ കുട്ടികൾക്കൊക്കെ ആയുധപരിശീലനത്തിന്റെ ദിനങ്ങളായിരുന്നു.

മുതിർന്നവർ അവരെ അമ്പും വില്ലും ഉപയോഗിക്കാൻ പഠിപ്പിച്ചുകൊണ്ടിരുന്നത്, സഹജീവിയെ കൊന്ന് സ്വത്ത് കൈക്കലാക്കാൻ വേണ്ടിയായിരുന്നില്ല. കാടിനെ കൊല്ലാൻ വരുന്ന ക്രൂരന്മാരെ നേരിടാനൊരു മുൻകരുതലിന് വേണ്ടിയായിരുന്നു.

ആഴ്ചകൾക്ക് ശേഷമുള്ള ഒരു സായാഹ്നം. അമ്പും വില്ലുമേന്തിയ ആഞ്ജി മരക്കൂട്ടങ്ങളിൽ ചുറ്റിക്കറങ്ങുകയാണ്. നീല മക്കാവ് പക്ഷികൾ ചില മരങ്ങളിൽ ഇരിപ്പുറപ്പിച്ചിട്ടുണ്ട്.

ഓർക്കാപ്പുറത്താണ് രണ്ട് വെള്ള മനുഷ്യന്മാർ മുന്നിൽ വന്നത്. ആഞ്ജി ജാഗ്രതയോടെ വിഷം പുരട്ടിയ അമ്പുകളിലും വില്ലിലും കൈ അമർത്തി.

വർണശബളമായ വസ്ത്രങ്ങൾ ധരിച്ച രണ്ട് മനുഷ്യർ അവളെ നോക്കി ചിരിച്ച് കാട്ടി. ആ ചിരിയിലെ കുടിലത അവൾക്കു തിരിച്ചറിയാമായിരുന്നു.

അവരിൽ ഒരുവൻ എന്തോ ഒരു ഉപകരണത്തിൽ മുറുകെ പിടിച്ചിരുന്നു. ആ ഉപകരണത്തിൽ നിന്നും അവനിലേക്ക് ധൈര്യം പ്രവഹിക്കുന്നതായി തോന്നി. അത് ഒരു തോക്കാണെന്ന് അറിയില്ലായിരുന്നുവെങ്കിലും, അത് അപകടകരമായ എന്തോ ഒന്നാണെന്ന് ആഞ്ജിയ്ക്ക് തോന്നി.

അവൾ ഒരമ്പെടുത്ത് വില്ലിൽ ചേർത്ത് ഉന്നം പിടിച്ചു. ഒന്നാമന്റെ നെഞ്ചിലായിരുന്നു അവൾ ഉന്നംപിടിച്ചിരുന്നത്. പക്ഷേ, ആഞ്ജിയുടെ കൈകൾ വല്ലാതെ വിറയ്ക്കുന്നുണ്ടായിരുന്നു. വെളുത്ത മനുഷ്യന്മാർ ചിരിച്ചുകൊണ്ട് അടുത്തേക്ക് വരികയാണ്. ആഞ്ജി പിന്നോട്ട് പിന്നോട്ട് അടിവെച്ചു. അടുത്തേക്ക്... അവൾ രണ്ടും കൽപിച്ച് അമ്പെയ്തു. അവളുടെ കൈകകൾ വിറച്ചിരുന്നതിനാൽ ആ അമ്പ് ലക്ഷ്യം തെറ്റി പുല്ലിൽ വീണു.

ആഞ്ജി തിരിഞ്ഞോടി. അവൾക്ക് കരച്ചിൽ വന്നു. എവിടെപ്പോയാലും ഈ ശല്യക്കാരെയാണ് കാണുക. പണ്ട് ഇങ്ങനെയൊന്നുമായിരുന്നില്ലല്ലോ ....

അവൾ ദൂരെ ഒരു പാറയുടെ ചുവട്ടിൽ തളർന്നിരുന്നു. എന്തിനാണ് തന്റെ കൈ വിറച്ചത്? അവൾ ദേഷ്യത്തോടെ

തന്റെ വില്ലെടുത്ത് എറിഞ്ഞു. അത് ചെന്ന് വീണത് പെഡ്രോയുടെ കാൽച്ചുവട്ടിലായിരുന്നു.

ആഞ്ജി മുഖമുയർത്തി. പെഡ്രോ തീക്ഷ്ണമായ കണ്ണുകളാലെ അവളെ നോക്കി. അവൾ മുഖം കുനിച്ചു. എന്നിട്ട്, മുന്നോട്ട് വന്ന് ആ വില്ലെടുത്തു.

"ആഞ്ജീ, ഇവിടെ നോക്ക്" പെഡ്രോ ദൃഢമായ ശബ്ദത്തിൽ പറഞ്ഞു. ആഞ്ജി പതുക്കെ മുഖം പൊക്കി, പെഡ്രോയുടെ കണ്ണുകളിലേക്ക് നോക്കി. ആ കണ്ണുകളിലെ തീക്ഷ്ണത താങ്ങാൻ എന്തുകൊണ്ടോ അവൾക്കായില്ല. അവൾ നിലത്തെ പച്ചപ്പുല്ലിൽ ദൃഷ്ടിയുറപ്പിച്ചു.

"ആഞ്ജീ, ഇവിടെ നോക്കാൻ" പെഡ്രോ അൽപംകൂടി ഉറച്ച സ്വരത്തിൽ പറഞ്ഞു. ആഞ്ജി വീണ്ടും മുഖമുയർത്തി, അവന്റെ തീക്ഷ്ണമായ കണ്ണുകളിലേക്ക് നോക്കി. അവളുടെ കണ്ണ് നിറഞ്ഞു. അവൾ പെഡ്രോയെ കെട്ടിപ്പുണർന്നു. അവൾ പൊട്ടിക്കരയുകയായിരുന്നു.

"സാരമില്ല, ആഞ്ജി. കരഞ്ഞിട്ട് കാര്യമില്ല. നമ്മളിത് നേരിട്ടേ പറ്റൂ" പെഡ്രോ അവളുടെ പുറത്ത് തട്ടി. എന്നിട്ട് അവൻ തേങ്ങിക്കൊണ്ടിരിക്കുന്ന കൊച്ചനുജത്തിയെ ചേർത്ത് പിടിച്ച് നടന്നു.

അവർ പുൽമേട്ടിലാണെത്തിയത്. അവിടെ നാലി മൂകയായി ഇരിക്കുന്നുണ്ടായിരുന്നു. അവളുടെ മനസ്സിലും ആഞ്ജിയുടെ അതേ സങ്കടമാണെന്ന് തോന്നി. നാലി അവരെ നോക്കി. തേങ്ങുന്ന ആഞ്ജിയെ കണ്ടിട്ടും അവൾക്ക് അത്ഭുതം തോന്നിയില്ല.

"അതാ നാലി. രണ്ടുപേരും കുറച്ച് കളിക്ക്. അപ്പോൾ ഒന്നുഷാറായിക്കൊള്ളും" പെഡ്രോ ഉന്മേഷം നടിച്ച് പറഞ്ഞു. "സന്തോഷമായി കളിക്ക്" അവൻ തിരിഞ്ഞ് നടന്നു.

ആഞ്ജി നാലിയുടെയടുത്തേക്ക് നടന്നു. തിരികെ നടക്കുമ്പോൾ, രണ്ട് കുട്ടികളുടെ കൈകളിലും അമ്പും വില്ലും ഉണ്ടല്ലോ എന്നുറപ്പ് വരുത്താൻ പെഡ്രോ മറന്നില്ല.

16
എവിടേക്കെന്നറിയാത്ത യാത്ര

"ആ-അത്-ഞാൻ..." മാഷ വിക്കി. അവൾ കൂട്ടുകാരുടെ മുന്നിൽ തല കുനിച്ച് നിൽക്കുകയാണ്.

"മാഷ, നിനക്കെന്താ ഭ്രാന്ത് പിടിച്ചോ?" ഇവാൻ വിറയ്ക്കുന്ന ശബ്ദത്തിൽ ചോദിച്ചു. ഹിമക്കരടി അൽപം മുന്നോട്ട് നീങ്ങി.

"ആഹ്..!" ദിയാന നിലവിളിച്ചുകൊണ്ട് പിറകിലേക്ക് ചാടി.

"ഏയ്! പേടിക്കേണ്ട ദിയാന, ല്യൂബ്ല്യ ഒന്നും ചെയ്യില്ല" മാഷ പറഞ്ഞു.

"ല്യൂബ്ല്യവോ?" ലേന നെറ്റിചുളിച്ചു.

"ഈ ഹിമക്കരടി" മാഷ വിശദീകരിച്ചു.

ഇവാനും ലേനയും ദിയാനയും പരസ്പരം നോക്കി.

"മാഷ, നീ വട്ട് കാണിക്കാതെ വാ." ഇവാൻ പറഞ്ഞു.

"ഇവാൻ, ഇതിലെന്താണ് തെറ്റ്? ഒരു മനുഷ്യൻ ഒരു മൃഗത്തോട് കൂട്ട്കൂടാൻ പാടില്ല എന്നുണ്ടോ" മാഷ തുറന്നടിച്ചു.

"ഹിമക്കരടി അപകടകാരിയാണ് മാഷ" ദിയ പറഞ്ഞു. മാഷ നിഷേധാർത്ഥത്തിൽ തലകുലുക്കി.

"ഇങ്ങോട്ട് വാ" മാഷ ദിയാനയുടെ കൈപിടിച്ച് വലിച്ചു. പേടിച്ചരണ്ട ദിയാന വരാൻ കൂട്ടാക്കിയില്ല. മാഷ ബലം പ്രയോഗിച്ച് അവളെ വലിച്ച് ഹിമക്കരടിയുടെ മുന്നിൽ കൊണ്ടുവന്നു. ദിയാന

ഓടാൻ ശ്രമിച്ചു. മാഷ വിട്ടില്ല.

ഹിമക്കരടി മുന്നോട്ട് വന്നു. ദിയാന നിലവിളിച്ചു. ഒരു നിമിഷം! ദിയാനയുടെ കണ്ണുകൾ ഹിമക്കരടിയുടെ കണ്ണുകളിൽ ഉടക്കി. ആർദ്രമായ ആ നോട്ടം അവളെ അവളെ നിശ്ചലയാക്കി. അടുത്ത നിമിഷം ഒരു സ്വപ്നാടനക്കാരിയെപ്പോലെ ദിയാന ഹിമക്കരടിയുടെ അടുത്ത് ചെന്നു. അതിനെ തലോടി.

"ഇത് അപകടകാരിയല്ല" ദിയാന ആരോടെന്നില്ലാതെ പറഞ്ഞു. മാഷ പുഞ്ചിരിച്ചു. സ്തബ്ധരായി നിൽക്കുകയായിരുന്ന ഇവാനും ലേനയും ധൈര്യം സംഭരിച്ച് മുന്നോട്ടുവന്നു. പതുക്കെപ്പതുക്കെ അവരുടെ പേടിയും മാറി. അങ്ങനെ നാല് കുട്ടികളുടെയും ഒരു ഹിമക്കരടിയുടെയും ഇടയിൽ ഒരു മനോഹരമായ ചങ്ങാത്തം ഉടലെടുക്കുകയായിരുന്നു.

കുട്ടികൾ ഹിമക്കരടിയോട് ആഗോളതാപനത്തെപ്പറ്റി വരെ; അവർക്കറിയുന്നതെല്ലാം സംസാരിച്ചു. അവരുടെ സ്വപ്നമയമായ സായാഹ്നങ്ങളിൽ ല്യുബ്ല്യ അതെല്ലാം സാകൂതം കേട്ടിരുന്ന്, അവരെ തൃപ്തരാക്കി.

ഒരു ദിവസം, ല്യുബ്ല്യവിനെ കാണാൻ മാഷ ചെന്നു. ഇവാൻ അന്ന് സ്കൂളിൽ വന്നിരുന്നില്ല. ലേന തലവേദനയായതിനാൽ ക്ലാസ്സ്റിയിൽ വിശ്രമിക്കുന്നു. ദിയാനയാണെങ്കിൽ ഹെസാഷിന് കൊടുക്കാനായി പനിനീർപ്പൂക്കൾ തപ്പി പോയിരിക്കുകയാണ്.

മാഷ മഞ്ഞുകട്ടകൾക്കിടയിൽ ല്യുബ്ല്യവിനെ കണ്ടു. അവൾ സന്തോഷവതിയായി പറഞ്ഞു: "ഹലോ, ല്യുബ്ല്യ" ല്യുബ്ല്യവിന്റെ പുറകിൽ ഒരനക്കം കണ്ട് മാഷ നിന്നു. മഞ്ഞ്കട്ടകളുടെയിടയിലായി പത്തിരുപത് ഹിമക്കരടികളുടെ കൂട്ടത്തെ കണ്ട് അവൾ അന്തിച്ച് നിന്നു.

മഞ്ഞുരുക്കം മൂലം താമസിക്കാൻ ഇടമില്ലാതായ അമ്പതിലധികം ഹിമക്കരടികൾ ചുകോട്ക ഗ്രാമത്തിനരികിൽ തമ്പടിച്ചിട്ടുണ്ടെന്ന് വാർത്ത വന്നിരുന്നു. അവയിലൊരെണ്ണം ഗ്രാമത്തിനകത്തെത്തിയതൊന്നും ആരുമറിഞ്ഞിട്ടില്ല. പക്ഷേ ഇപ്പോഴിതാ ഒരു കൂട്ടം തന്നെ എത്തിയിരിക്കുന്നു.

മാഷ ആശ്ചര്യത്തോടെ ല്യുബ്ല്യവിന്റെ പുറകിൽ നിൽക്കുന്ന ഹിമക്കരടികളെ എണ്ണിനോക്കി. ഇരുപത്തിയൊന്ന്

ഹിമക്കരടികൾ! ലൂബ്‌ലൂവിനോടുള്ള അടുപ്പം കാരണമാവാം, മാഷയ്ക്ക് അവയെ പേടി തോന്നിയില്ല.

കൂട്ടത്തിൽ ഒരു ഹിമക്കരടിക്കുഞ്ഞുമുണ്ടായിരുന്നു. ഉല്ലാസവാനായി തുള്ളിച്ചാടി നടക്കുന്ന ആ ഹിമക്കരടിക്കുട്ടിയെ മാഷയ്ക്ക് നന്നേ പിടിച്ചു. അവളവന് സ്നോ എന്ന് പേരിട്ടു. അപ്പോഴാണ് മാഷയ്ക്ക് അവളുടെ കഥയുടെ കാര്യം ഓർമ വന്നത്. ആ കഥ പകുതിക്ക് നിർത്തിയിരിക്കുകയായിരുന്നല്ലോ. കേൾവിക്കാരായി ഇരുപത്തിയൊന്ന്പേരെക്കൂടി കിട്ടിയപ്പോൾ അവൾക്കാവേശം കൂടി. അവൾ കഥ തുടർന്നു. "അപ്പോൾ, നമ്മളെവിടെയായിരുന്നു നിർത്തിയത്? ങാ, ഓർമ്മ വന്നു." മാഷയ്ക്കൊരു പുസ്തകം കിട്ടി. നിറയെ മണ്ണും പൊടിയുമായിരുന്നു അതിന്റെ പുറത്ത്. പൊടിഞ്ഞ് തീരാറായ കരിയിലക്കഷ്ണങ്ങളും അതിൽ പറ്റിപ്പിടിച്ചിരുന്നു.

അവൾ അഴുക്കെല്ലാം തന്റെ യൂണിഫോം കൊണ്ട് തുടച്ചുകളഞ്ഞു. എന്നിട്ട്, പുസ്തകത്തിന്റെ തടിച്ച പുറംചട്ടയിലേക്ക് നോക്കി. ഒരു വൻമരത്തിന്റെ ചിത്രം. അതിന് മുകളിൽ വലിയ പച്ച അക്ഷരങ്ങളിൽ എഴുതിയിരുന്നു: 'വനം'.

പുസ്തകത്തിന്റെ പേര് വായിച്ച അവൾ കൗതുകത്തോടെ പുസ്തകം തുറന്നു. ആദ്യത്തെ പേജിൽ എഴുതിയിരുന്നത് വായിച്ചു. 'മുന്നോട്ട് പോകൂ, നേരെ മുന്നോട്ട്' ഇതായിരുന്നു ആദ്യത്തെ പേജിൽ എഴുതിയിരുന്നത്. അവൾ ആ പുസ്തകത്താൾ മണത്ത് നോക്കി. ഇലകളുടേതും പുഷ്പങ്ങളുടേതും നനഞ്ഞ മണ്ണിന്റേതുംകലർന്ന വാസന.

അവൾ പുസ്തകം മാറോടടുക്കിപ്പിടിച്ച് മുന്നോട്ട് നടന്നു. നേരെ മുന്നോട്ട്.

കുറേ ദൂരം പോയപ്പോൾ ഒരു കുളം കണ്ടു. തെളിഞ്ഞ ജലവുമായി കിടക്കുന്ന ഒരു കൊച്ചുകുളം.

അവൾ പുസ്തകം തുറന്നു. രണ്ടാമത്തെ പേജെടുത്തു. 'കുളത്തിന്റെ വശത്തുടെ പോകുക' എന്നാണ് അതിൽ എഴുതിയിരുന്നത്. അവൾക്ക് ആശ്ചര്യമായി. ഏത് വശത്തുടെയാണ് പോകേണ്ടതെന്ന് എഴുതിയിട്ടില്ല.

അവൾ ആകെ കുഴങ്ങി. അടുത്ത പേജിൽ എന്തെങ്കിലും സൂചന കാണും എന്ന് കരുതി, പ്രതീക്ഷയോടെ പേജ്

മറിക്കാനൊരുങ്ങവേയാണ് പേജിന്റെ ഏറ്റവും താഴ്ഭാഗത്ത് ചെറിയ ചുവന്ന അക്ഷരങ്ങളിൽ എഴുതിയിട്ടുള്ള മുന്നറിയിപ്പ് അവൾ കണ്ടത്: 'ഒരു പേജിൽ പറഞ്ഞിരിക്കുന്നത് ചെയ്യാതെ, അടുത്ത പേജ് എടുക്കാൻ പാടില്ല' താക്കീത് വായിച്ച് അവൾ ആശയക്കുഴപ്പത്തിലായി.

ഒരു മാർഗത്തിനായി അവൾ ചുഴിഞ്ഞാലോചിച്ചു. അവൾക്ക് ഒരു തീരുമാനത്തിലെത്താൻ കഴിഞ്ഞില്ല. അവസാനം, എന്തുവേണമെങ്കിലും വരട്ടെ, വലത് വശത്തുടെ പോകാം എന്നുറച്ച് അവൾ വലത് വശത്തേക്ക് നടന്നു.

പക്ഷേ, പെട്ടെന്നവൾക്ക് തോന്നി; ഹൃദയം ഇരുന്ന് മിടിക്കുന്നത് ഇടത് വശത്തല്ലേ, അവൾ കുളത്തിന്റെ ഇടതുവശത്തുടെ നടന്നു.

കുറച്ച് നടന്നപ്പോൾ, നിലത്ത് ഒരു വാതിൽ കണ്ടു. അവൾ നിന്നു. നിലത്ത് മരം കൊണ്ടുള്ള ഒരു കൊച്ചു വാതിൽ! അവൾ ധൃതിയിൽ പുസ്തകം തുറന്നു. 'അകത്തേക്ക് പോകൂ!' മൂന്നാമത്തെ പേജിൽ അങ്ങനെ എഴുതിയിരുന്നു.

അവൾ നിലത്ത് കുനിഞ്ഞിരുന്ന്, ആ വാതിൽ വലിച്ച് തുറന്നു. അകത്ത് കട്ടപിടിച്ച ഇരുട്ട്. അവൾ അതിനകത്തേക്ക് കൈയിട്ട് നോക്കി. അഗാധത. കാലിട്ട് നോക്കി. അഗാധത.

അവൾ എഴുന്നേറ്റ് നിന്നു. മൂന്ന് ചുവട് പുറകോട്ടു നീങ്ങി. പുസ്തകം നെഞ്ചോട് ചേർത്തുപിടിച്ചു. അവൾ ഉറക്കെ പറഞ്ഞു: 'ഒന്ന്, രണ്ട്, മൂന്ന്!' അവൾ ഓടിവന്ന്, തുറന്നിട്ട വാതിലിനകത്തേക്ക് ചാടി.

അവൾ കരുതിയത് അത്ഭുതലോകത്തിൽ ആലീസ് എന്ന പുസ്തകത്തിലെ ആലീസിനെ പോലെ താനും താഴേക്ക് താഴേക്ക് വീഴും എന്നാണ്. എന്നാൽ താൻ വായുവിൽ തങ്ങിനിൽക്കുകയാണ് എന്നവൾ മനസ്സിലാക്കി.

ഇരുട്ടായത്കൊണ്ട് ഒന്നും കാണാൻ വയ്യ. അവൾ കൈകൊണ്ട് തപ്പിനോക്കി. അവളുടെ കാൽപാദം ഒരു കാട്ടുവള്ളിയിൽ കുരുങ്ങിക്കിടക്കുകയാണെന്നും, അത് കൊണ്ടാണ് താനിങ്ങനെ തലകീഴായി തൂങ്ങിക്കിടക്കുന്നതെന്നും അവൾക്ക് മനസ്സിലായി.

അവൾ ഇടത് കൈകൊണ്ട് കാട്ടുവള്ളിയിൽ പിടുത്തമിട്ടു. എന്നിട്ട്, വലത് കൈകൊണ്ട് കാൽപാദത്തിലെ കുരുക്ക് അഴിച്ച്

കളഞ്ഞു. അവൾക്ക് പെട്ടെന്നാണ് വനം എന്ന പുസ്തകത്തിന്റെ കാര്യം ഓർമ വന്നത്. അവൾക്ക് വേവലാതിയായി.

ഒരു കൈകൊണ്ട് കാട്ടുവള്ളിയിൽ തൂങ്ങിക്കിടന്നുകൊണ്ട് അവൾ മറുകൈ കൊണ്ട് ചുറ്റുമുള്ള ഇരുട്ടിൽ പരതി. പുസ്തകം കിട്ടിയില്ല. അത് താഴേക്ക് വീഴുന്നുണ്ടാവും. വഴിയിൽ വെച്ച് പിടിക്കാം. അവൾ കാട്ടുവള്ളിയിലൂടെ ശരവേഗത്തിൽ താഴേക്കിറങ്ങി.

പെട്ടെന്നാണ് ഒരു അരണ്ട വെളിച്ചം ദൃശ്യമായത്. വള്ളിയിൽ വിടർന്ന വെള്ളപ്പൂവിൽ നിന്നും പ്രസരിച്ച ആ വെട്ടത്തിൽ, പുസ്തകം താഴേക്ക് വീണുകൊണ്ടിരിക്കുന്നത് അവൾ കണ്ടു. അവൾ വള്ളിയിൽ തൂങ്ങിക്കിടന്ന്, പുസ്തകം പിടിച്ചെടുത്തു.

പ്രകാശിക്കുന്ന പുഷ്പം കൊഴിഞ്ഞ് വീണു. വീണ്ടും ആഴമേറിയ ഇരുട്ട്. അവൾ തന്റെ തലമുടിയിൽ കെട്ടിവച്ചിരുന്ന റിബ്ബൺ അഴിച്ചു. എന്നിട്ട് ആ റിബ്ബൺ കൊണ്ട് കനമുള്ള പുസ്തകത്തെ തന്റെ നെഞ്ചിൽ കെട്ടിവെച്ചു.

ശേഷം, അവൾ താഴേക്കിറങ്ങുന്നത് തുടർന്നു. താഴേക്ക്... താഴേക്ക്... കഥ ഇത്രയുമായപ്പോഴേക്കും പെട്ടെന്ന് മണി മുഴങ്ങി. "അയ്യോ! ഇപ്പോൾ ഭൂമിശാസ്ത്ര അധ്യാപകർ വരും. ഞാൻ പോട്ടെ!" ഇത്രയും പറഞ്ഞ് മാഷ ചാടിയെഴുന്നേറ്റ്, ക്ലാസ്സുറിയെ ലക്ഷ്യമാക്കി ഓടി.

17
കാട്ടുപഴങ്ങൾ

നേരം പുലർന്ന് വരുന്നു. ഈയിടെയായി അവരെല്ലാം വളരെ നേരത്തെ തന്നെ ഉണരാറുണ്ട്. ആഞ്ജിയും പെഡ്രോയും ജാലകത്തിലൂടെ കാട്ടുചോലയെ ഉറ്റുനോക്കിക്കൊണ്ടു നിൽക്കുകയായിരുന്നു.

പെട്ടെന്നാണ് പുറകിൽ ഒരു ചടപട ശബ്ദവും കിതപ്പും കേട്ടത്. ആഞ്ജിയും പെഡ്രോയും ഒരേ സമയം തിരിഞ്ഞ് നോക്കി. വാതിൽക്കൽ നിന്ന് കിതയ്ക്കുന്ന നാലിയെ അവർ കണ്ടു.

“എന്തുപറ്റി നാലി?” ആഞ്ജി ആശങ്കയുടെ ചുവയുള്ള ശബ്ദത്തിൽ ചോദിച്ചു. നാലി ഒന്നും പറയാതെ നിന്ന് കിതയ്ക്കുകയാണ്. അവളുടെ മുഖം വല്ലാതെ ചുവന്നിട്ടുണ്ട്. കണ്ണുകളിൽ പെയ്യാനൊരുങ്ങിനിൽക്കുന്ന കരിമേഘങ്ങൾ തിങ്ങിനിറഞ്ഞിരുന്നു.

“അ-അ-അമ്മ...” നാലി കിതപ്പിനിടയിൽ പറഞ്ഞു.

“അമ്മ?” പെഡ്രോ ജാഗ്രതയോടെ ചോദിച്ചു.

“അമ്മയ്ക്കെന്ത് പറ്റി?” ആഞ്ജിയുടെ ചോദ്യത്തിന് നേരിയ പേടിയുണ്ടായിരുന്നു.

“അമ്മ... അമ്മയെ-ക്-കാണുന്നില്ല... അം-മ്മയെ കാണുന്നില്ല” നാലി വിറയാർന്ന സ്വരത്തിൽ ഒരുവിധം പറഞ്ഞൊപ്പിച്ചു. പറഞ്ഞ് തീർന്നതും അവളുടെ കണ്ണുകൾ ഒരു പേമാരിയുടെ വക്കിലെത്തി. കരഞ്ഞുപോകുമെന്ന് പേടിച്ചിട്ടെന്നപോലെ നാലി തന്റെ

ചുണ്ടുകൾ കൂട്ടിപ്പിടിച്ചു.

"അമ്മ എവിടെ പോയതായിരുന്നു?" പെഡ്രോ മുന്നോട്ട് കുതിച്ച്, നാലിയുടെ തൊട്ടടുത്തെത്തി ചോദിച്ചു.

"അമ്മ ഇന്നലെ രാത്രി കുളിക്കാൻ പോയതായിരുന്നു. പലപ്പോഴും അമ്മ പോയി, തിരികെ വരുമ്പോഴേക്കും ഞാൻ ഉറങ്ങിക്കഴിഞ്ഞിരിക്കും. ഇന്നലെയും ഞാൻ ഉറങ്ങിപ്പോയി. ഇന്ന് രാവിലെ എണീറ്റപ്പോഴും അമ്മ വന്നിട്ടില്ല. ഞാൻ അരുവിക്കരയിൽ ചെന്ന് നോക്കി. പക്ഷേ, അവിടെയൊന്നും അമ്മയെ കാണുന്നില്ല..." നാലി വിശദീകരിച്ചു. അവൾ വിതുമ്പാൻ തുടങ്ങി.

"നീ വിഷമിക്കണ്ട, നാലി, നമുക്ക് അമ്മയെ കണ്ടുപിടിക്കാം. നിന്റെ അമ്മയ്ക്ക് ഒന്നും പറ്റിയിട്ടുണ്ടാവില്ല" ധൃതിയിൽ പറഞ്ഞിട്ട്, പെഡ്രോ പുറത്തിറങ്ങി.

"പെഡ്രോ, ഞാനും വരുന്നു!" ആഞ്ജി അവന്റെ പിന്നാലെ പോകാനൊരുങ്ങി.

"ആഞ്ജീ നീ നാലിയുടെ കൂടെയിരിക്ക്" ഗൗരവത്തിൽ പറഞ്ഞിട്ട് പെഡ്രോ സ്ഥലംവിട്ടു. അവനും കൂട്ടാളികളും ആയുധങ്ങളുമായി ദൂരെ മറയുന്നത് ആഞ്ജി നോക്കിനിന്നു.

ആഞ്ജി കരയുന്ന നാലിയുടെ നേരെ തിരിഞ്ഞു.

"നാലീ, കരയണ്ട. അമ്മ നിശ്ചയമായും ഒരു പ്രശ്നവുമില്ലാതെ തിരിച്ചുവരും" ആഞ്ജി ആശ്വസിപ്പിച്ചു. നാലി മെല്ലെ തലയാട്ടി. പക്ഷേ, അപ്പോഴും അവൾ വിതുമ്പിക്കരയുകയായിരുന്നു.

അവൾ വാതിൽപ്പടിയിൽ തളർന്നിരുന്നു. അവളുടെയടുത്തിരുന്ന്, ആഞ്ജി നാലിയെ മാറോടണച്ച് പിടിച്ചു.

അപ്പോഴാണ് നാലിയുടെ കുഞ്ഞനുജത്തിയായ കൊച്ചുമിലാനി അങ്ങോട്ട് വന്നത്.

"നാലീ, നീ കരച്ചിൽ നിർത്തു" ആഞ്ജി മന്ത്രിച്ചു.

"അമ്മ എവിടെ? എന്തിനാ കരയുന്നത്?" മിലാനി സംശയത്തോടെ ചോദിച്ചു.

"ഒന്നുമില്ല, മിലാനി, അമ്മ ദൂരെ പുഴയിൽ കുളിക്കാൻ പോയതാണ്. വേഗം മടങ്ങിവരും" ആഞ്ജി പറഞ്ഞു.

"അപ്പോൾ, ഇവളെന്തിനാ കരയുന്നത്?" മിലാനി സംശയഭാവം

വെടിയാതെ ചോദിച്ചു.

“ഏയ്! അവൾ വെറുതേ അഭിനയിക്കുകയല്ലേ, നമുക്ക് ഒന്ന് നടന്നിട്ട് വരാം!” ആഞ്ജി സന്തോഷം അഭിനയിച്ചുകൊണ്ട് എഴുന്നേറ്റ് കൊച്ചുമിലാനിയെ എടുത്ത് ഒക്കത്ത് വെച്ച്, അരുവിക്കരയിലേക്ക് നടന്നു.

“അവൾ അഭിനയിക്കുകയാണോ?” മിലാനി തമാശ മട്ടിൽ ചോദിച്ചു.

“അതേന്നേ. നാലി നിന്നെ പറ്റിക്കാൻ വേണ്ടി കരയുന്നത് പോലെ അഭിനയിക്കുകയാണ്. പക്ഷേ നീ ബുദ്ധിമതിയല്ലേ. നിനക്കറിയാല്ലോ അവൾ അഭിനയിക്കുകയാണെന്ന്. അത് മനസ്സിലാകുമ്പോൾ, അവൾ ചിരിച്ചുകൊണ്ട് എണീറ്റ് വരും കേട്ടോ.” ആഞ്ജി വാത്സല്യത്തോടെ പറഞ്ഞു. മിലാനി പൊട്ടിച്ചിരിച്ചു.

രാത്രി വരെ അങ്ങനെ ആഞ്ജി കൊച്ചുകുട്ടിയായ മിലാനിയെ ഒന്നുമറിയിക്കാതെ അവളെ സന്തോഷവതിയാക്കി കൊണ്ടുനടന്നു.

ദൂരെ നിന്നും പെഡ്രോയുടെയും കൂട്ടുകാരുടെയും രൂപങ്ങൾ നീങ്ങിവരുന്നത് കണ്ടപ്പോൾ, ആഞ്ജി മിലാനിയെ നിലത്ത് വെച്ചിട്ട് പറഞ്ഞു: “മോൾ പോയി ആ പാറയ്ക്കപ്പുറത്ത് നിൽക്ക്. പെഡ്രോ വരുന്നുണ്ട്. അവൻ കുറേ കാട്ടുപഴങ്ങൾ കൊണ്ടുവരും. അവൻ അവയൊക്കെ ഇലയോട്ടും തണ്ടോട്ടും കൂടെയായിരിക്കും പറിച്ചുകൊണ്ടുവരുന്നത്. ഞാൻ അവയൊക്കെ വൃത്തിയാക്കിയിട്ട് നിന്നെ വിളിക്കാം കേട്ടോ” പാവം മിലാനി അത് വിശ്വസിച്ച് ആനന്ദത്തോടെ അൽപമകലെ നിന്ന ഒരു പാറയുടെ പുറകിലേക്ക് ഓടിമറഞ്ഞു.

പെഡ്രോ ആഞ്ജിയുടെ അരികിലെത്തി അവനാകെ അവശനായിരുന്നു.

“പെഡ്രോ, നാലിയുടെ അമ്മ എവിടെ?” ആഞ്ജി അങ്കലാപ്പോടെ ചോദിച്ചു.

“അവരെ ആ വെളുത്ത ദുഷ്ടന്മാർ പിച്ചിച്ചീന്തി, കൊന്ന് തള്ളി! എന്തേ?” പെഡ്രോ ആക്രോശിച്ചു. ആഞ്ജി ഞെട്ടി പുറകോട്ട് മാറി.

“പെഡ്രോ! പെഡ്രോ, നമ്മൾ നാലിയോടെന്ത് പറയും?”

ആഞ്ജി വിറയ്ക്കുന്ന നേർത്ത ശബ്ദത്തിൽ ചോദിച്ചു.

പെട്ടെന്ന്, തൊട്ട്പുറകിലായി ഒരു തേങ്ങൽ കേട്ട്, ഇരുവരും ഞെട്ടിത്തിരിഞ്ഞ് നോക്കി. ശബ്ദം കേൾപ്പിക്കാതെ, പുറകിൽ വന്ന് നിന്ന്, എല്ലാം കേട്ട നാലി പൊട്ടിക്കരയുകയായിരുന്നു.

കഥയൊന്നുമറിയാതെ, സന്തോഷവതിയായി ഓടിവന്ന മിലാനി തന്റെ നിഷ്ക്കളങ്കമായ കൊച്ചുശബ്ദത്തിൽ ചോദിച്ചു: "പെഡ്രോ, എവിടെ കാട്ടുപഴങ്ങൾ?" പെഡ്രോയും ആഞ്ജിയും എന്ത് ചെയ്യണമെന്നറിയാതെ നിന്നു. കരയുന്ന നാലിയെയും അവരെയും കണ്ട് മിലാനിയുടെ ചിരി മറഞ്ഞു.

"ഇവളെ ഇനി ആര് നോക്കും?" നാലി മിലാനിയെ ചൂണ്ടി, വിലപിച്ചു.

പെഡ്രോ മുന്നോട്ട് ചെന്നു; ആഞ്ജിയും. അവൻ മിലാനിയുടെ കൈപിടിച്ചു. നാലിയെ ചേർത്ത് പിടിച്ചു. എന്നിട്ട്, ആർദ്രമായ ശബ്ദത്തിൽ പറഞ്ഞു: "ഞങ്ങൾ നോക്കും!" ആഞ്ജിയുടെ കണ്ണ് നിറഞ്ഞു. "പോയി ഉറങ്ങ്" സ്വന്തം കുടിൽ ചൂണ്ടിക്കൊണ്ടായിരുന്നു, നാലിയോട് പെഡ്രോ അത് പറഞ്ഞത്.

18
തണുത്ത നിലാവ്

നല്ല തണുപ്പും നിലാവുമുള്ള രാത്രി. മാഷ തന്റെ മുറിയിൽ ഇരിക്കുകയാണ്. ജനാലയോട് ചേർന്നാണവളുടെ കിടക്ക. അതിലിരിക്കാൻ അവൾക്കിഷ്ടമാണ്. പുറത്ത് ഹിമക്കാറ്റുള്ളതു കൊണ്ട് ജനാല അടച്ചിട്ടിരിക്കുകയാണ്.

മാഷയുടെ മടിയിൽ ഒരു നോട്ട്പുസ്തകവും, കൈയിൽ ഒരു പേനയുമുണ്ട്. അവൾ താൻ ഹിമക്കരടികളെ കേൾപ്പിക്കാനായി മെനഞ്ഞ കഥ എഴുതുകയായിരുന്നു. ഹിമക്കരടികളോട് പറഞ്ഞ അത്രയും ഭാഗം അവളെഴുതി, ഇനി ബാക്കി എഴുതണം.

മാഷ താടിക്ക് കൈയും കൊടുത്തിരുന്ന് ആലോചനയിൽ മുഴുകി. കുറച്ച് കഴിഞ്ഞ്, അവൾ എഴുതാൻ തുടങ്ങി: 'താഴേക്ക്... താഴേക്ക്... അവസാനം, മാഷ എവിടെയോ ചെന്ന് വീണു. അവളുടെ കൈകൾ വല്ലാതെ വേദനിക്കുന്നുണ്ടായിരുന്നു. നിലത്ത് കമിഴ്ന്ന് കിടന്ന്, അവൾ എല്ലാം ഓർത്തെടുക്കാൻ ശ്രമിച്ചു. എങ്ങനെയായിരുന്നു താൻ വീണത്? താൻ കാട്ടുവള്ളിയിൽ പിടിച്ച്, താഴേക്കിറങ്ങുകയായിരുന്നില്ലേ?'

അവൾക്ക് ഒന്നും മനസ്സിലായില്ല. നല്ല ശക്തിയിലാണ് വന്ന് വീണത്. എന്തൊരു വേദന. അവൾ കണ്ണുകൾ അടച്ച് എല്ലാം ഓർത്തെടുത്തു.

താൻ കാട്ടുവള്ളിയിൽ നിന്നും അറിയാതെ പിടിവിട്ട്

വീണതാണോ? അല്ല, അങ്ങനെയായിരുന്നില്ല. അവൾ താഴേക്ക് താഴേക്കിറങ്ങിയിറങ്ങി, കാട്ടുവള്ളിയുടെ അറ്റത്തെത്തി. വള്ളി തീർന്നിരിക്കുന്നു. ഇനി പിടിവിടാതെ വേറെ വഴിയില്ല. അവൾ ഒന്നും ചിന്തിക്കാതെ പിടിവിട്ടു. അങ്ങനെയാണവൾ താഴേക്ക് വീണത്.

അവൾ കണ്ണുകൾ തുറന്ന്, എഴുന്നേറ്റിരുന്നു. തല തടവി. നല്ല വേദനയുണ്ട്. അവൾ എഴുന്നേറ്റ് നിൽക്കാൻ പ്രയാസപ്പെട്ടു വനം എന്ന സവിശേഷമായ പുസ്തകം അൽപമകലെയായി പുല്ലിൽ വീണ് കിടപ്പുണ്ട്. അവൾ അങ്ങോട്ട് നടന്നു.

വേച്ച്വേച്ച് പുസ്തകത്തിന്റെയടുത്തെത്തിയ അവൾ മെല്ലെ കുനിഞ്ഞ്, അത് കൈയിലെടുത്ത് തുറന്നു. നാലാമത്തെ പേജെടുത്തു. അതിൽ ഒരൊറ്റ വാക്കേ എഴുതിയിട്ടുണ്ടായിരുന്നുള്ളൂ. 'ആമസോൺ'. അത് വായിച്ച് അവൾ ഞെട്ടി. താൻ ഇപ്പോൾ ആമസോൺ മഹാവനത്തിലാണ്. അവളുടെ കവിളുകളിലേക്ക് രക്തം ഇരച്ചുകയറി.

ഒരു നിമിഷം! അവളുടെ വേദനയും ക്ഷീണവും അലിഞ്ഞ ലിഞ്ഞില്ലാതായി. മുൻപൊന്നുമില്ലാത്തവിധം ഉത്സാഹവതിയും അത്ഭുതപരതന്ത്രവുമായി അവർ ചുറ്റും നോക്കി.

മാനംമുട്ടെ വളർന്ന് നിൽക്കുന്ന മഹാവൃക്ഷങ്ങൾ. ചുവടുകളിൽ തഴച്ച് വളർന്ന് നിൽക്കുന്ന അസംഖ്യം പേരറിയാ ചെടികൾ. അവയ്ക്കിടയിൽ ഇടയ്ക്കിടെ തല പൊക്കി നോക്കുന്ന വയലറ്റ്, മഞ്ഞ, ചുവപ്പ് വർണങ്ങളിലുള്ള പൂക്കൾ. അവയ്ക്ക് ചുറ്റും പാറിക്കളിക്കുന്ന പൂമ്പാറ്റകളും കരിവണ്ടുകളും തേനീച്ചകളും. മരച്ചില്ലകളിൽ ചാടിമറിയുന്ന അണ്ണാറക്കണ്ണന്മാർ. കലപില കൂട്ടുന്ന കുഞ്ഞിക്കിളികൾ.

അവൾ ശാന്തയായി, കാടിന്റെ ശുദ്ധവായു ഉള്ളിലേക്ക് വലിച്ചെടുത്തു. കൈയിലിരിക്കുന്ന പുസ്തകത്തിന്റെ അതേ ഗന്ധമായിരുന്നു ആ വായുവിന്.

അവൾ ഉന്മേഷത്തോടെ മുന്നോട്ട് നടന്നു. വനത്തിന്റെ അഗാധതയിലേക്കവൾ നടന്ന്കയറി. കുറേ ദൂരം മുന്നോട്ട് ചെന്നപ്പോൾ, അവൾ തന്റെ മുന്നിലായി ഒരു രൂപം. മുയൽക്കുട്ടികളുടെയും മാൻകൂട്ടത്തിന്റെയും മധ്യത്തിലായി നിൽക്കുന്ന ഒരു രൂപം. അത്രയുമായപ്പോൾ എഴുത്ത് നിർത്തി, മാഷ ചിന്തിച്ചു. ആരാണ് അത്?

പെട്ടെന്ന്, ആ പെൺകുട്ടി അവളുടെ മനസിലേക്ക് ഓടിയെത്തി. താൻ അന്ന് സ്വപ്നത്തിൽ കണ്ട ആ പെൺകുട്ടി. നീണ്ട്കറുത്ത തലമുടിയുള്ള ആ തവിട്ട് നിറക്കാരി. അതെ, അവളെയും ഈ കഥയിൽ ചേർക്കാം. മാഷ തീരുമാനിച്ചു.

കൈവിരലുകൾ തളർന്നിരിക്കുന്നു. ബാക്കി നാളെ എഴുതാം. മാഷ പുസ്തകം അടച്ച്, കിടക്കയുടെ അടുത്തുള്ള കൊച്ചുമേശയിൽ വെച്ചു. പുസ്തകത്തിന്റെ മുകളിലായി പേനയും വെച്ചു. എന്നിട്ട് ലൈറ്റ് അണച്ചു.

കമ്പിളിപ്പുതപ്പിനകത്ത് കയറിക്കൂടി, അവൾ കണ്ണടച്ച് കിടന്നു. ഉറക്കം ഏഴയലത്തെങ്ങുമില്ല. മാഷ എഴുന്നേറ്റിരുന്നു. മെല്ലെ കൈ നീട്ടി, ജനാല തുറന്നു. ഹിമക്കാറ്റ് അവളുടെ മുഖത്ത് വന്ന് പൊതിഞ്ഞു.

പുറത്തേക്ക് നോക്കി, അവൾ അങ്ങനെയിരുന്നു. പുറത്ത് മഞ്ഞാണ്. നിലാവ് തണുത്ത പാൽ പോലെയാണവൾക്കനുഭവപ്പെട്ടത്.

മാഷ ആലോചിച്ചു. തന്റെ കഥയിലെ കഥാപാത്രമാക്കാൻ പോകുന്ന ആ കുട്ടിക്ക് ഒരു പേര് വേണ്ടേ... അവൾ ഒരു ഗോത്ര വർഗ്ഗക്കാരിയാണ്. അവൾക്ക് എന്ത് പേര് കൊടുക്കണം? അലീഷ്യ എന്നായാലോ? അതെ, അത് മതി. വേണ്ട അത് വേണ്ട. ആഞ്ജലിന എന്ന് മതി. അതാകുമ്പോൾ ആഞ്ജി എന്ന് വിളിക്കാമല്ലോ.

19
തീപ്പൊരികൾ

ആഞ്ജി മിലാനിയെയും എടുത്തുകൊണ്ട് നടന്നു. ഇപ്പോൾ മിലാനിയും നാലിയും അവളുടെ കുടിലിലാണ് താമസം. നാലി സദാ വിഷാദവതിയാണ്. മിലാനിയ്ക്ക് ഒന്നും മനസിലായിട്ടില്ല.

ആ പുലരിയിൽ പെഡ്രോ വേട്ടയ്ക്ക് പോയി. നാലി അരുവിക്കരയിൽ ചിന്താമഗ്നയും മൂകയുമായി ഒരേ ഇരുപ്പാണ്. ഈ അന്തരീക്ഷത്തിൽ അസ്വസ്ഥത പ്രകടിപ്പിച്ചുകൊണ്ടിരുന്ന മിലാനിയെയും എടുത്ത് ഒന്ന് നടക്കാനിറങ്ങിയതാണ് ആഞ്ജി.

മിലാനി ഉന്മേഷമില്ലാതെ ആഞ്ജിയുടെ ചുമലിൽ തളർന്ന് കിടന്നു. അവളെ സന്തോഷിപ്പിക്കാനോ, സ്വയം സന്തോഷിക്കാനോ യാതൊരു വഴിയും കാണാതെ ആഞ്ജി നിശബ്ദയായി നടന്ന് നീങ്ങി.

നടന്ന്, നടന്ന് അവൾ കാടിന്റെ ഇരുണ്ട ഒരിടത്തെത്തി. ഭാഗ്യം. അൽപമെങ്കിലും ഇരുളിമ ബാക്കിയുണ്ടല്ലോ. ആഞ്ജി ആശ്വസിച്ചു. കാട് വെളുപ്പിക്കപ്പെട്ടുകൊണ്ടിരിക്കുകയാണ്. മരങ്ങളുടെ പച്ചക്കുടകൾ കാരണം വെയിലിന് കടന്ന്വരാനാകാത്ത ഇരുളിമയാണ് കാടിന്റെ ഭംഗി. പക്ഷേ ഇപ്പോൾ പല ഭാഗങ്ങളിലും ആ വന്യമായ ഇരുളിമയെ കീറുമുറിച്ചുകൊണ്ട് തീക്ഷ്ണമായ വെള്ളിവെളിച്ചം ക്രൂരമായി ആഞ്ഞ് പതിച്ചു തുടങ്ങിയിരിക്കുന്നു.

മുന്നിൽ ഒരു മാളം കണ്ട്, ആഞ്ജി പെട്ടെന്ന് നിന്നു. ഇവിടെ താൻ ഇതിന് മുമ്പ് വന്നിട്ടുണ്ട്.. ഈ മാളം തനിക്ക് പരിചിതമാണ്.. ആഞ്ജി ഓർമകളുടെ മേലെ വീണുകിടക്കുന്ന മൂടൽമഞ്ഞലയെ തുടച്ച് നീക്കാൻ കിണഞ്ഞ് ശ്രമിച്ചു.

കാരൻഗുജേയ്റകളുടെ മാളം! ആഞ്ജിയ്ക്ക് ഓർമ വന്നു. അതെ, പണ്ട് അഞ്ചാം വയസ്സിൽ, താൻ അകപ്പെട്ട കാരൻഗുജേയ്റകളുടെ മാളം!

പക്ഷേ, എന്ത്കൊണ്ടോ അവൾക്ക് തെല്ലും ഭയം തോന്നിയില്ല. അവൾ യാതൊരു ഭാവമാറ്റവുമില്ലാതെ ആ ഇരുണ്ട മാളത്തെ നോക്കി നിന്നു. പതുക്കെ രണ്ട് എട്ടുകാലികൾ ആ മാളത്തിൽ നിന്നും പുറത്തേക്ക് വന്നു.

മിലാനി തലപൊക്കി നോക്കി. കറുത്ത എട്ടുകാലികളെ ചൂണ്ടിക്കൊണ്ട്, തരിമ്പും പേടിയില്ലാത്ത, ശാന്തമായ ശബ്ദത്തിൽ പറഞ്ഞു: "കാരൻഗുജേയ്റകൾ."

"അതെ, കാരൻഗുജേയ്റകൾ" ആഞ്ജി ശാന്തയായി മറുപടി പറഞ്ഞു. കൊച്ചുമിലാനി ഒന്ന് ദീർഘമായി നിശ്വസിച്ചുകൊണ്ട് തിരികെ ആഞ്ജിയുടെ തോളിലേക്ക് ചാഞ്ഞു.

കാരൻഗുജേയ്റകൾ അരിച്ചരിച്ച് ആഞ്ജിയുടെ കാൽചുവട്ടിലെത്തി. ഞങ്ങളും കാടിന്റെ മക്കൾ. ഈ എട്ടുകാലികളും കാടിന്റെ മക്കൾ. ഇങ്ങനെ ചിന്തിച്ചുകൊണ്ട് ആഞ്ജി വഴിമാറിക്കൊടുത്തു. എട്ടുകാലികൾ അവളെ തൊടാതെ കടന്നുപോയി.

ആഞ്ജി വീണ്ടും മുന്നോട്ട്പോയി. പെട്ടെന്ന് മുന്നിലെ കുറ്റിച്ചെടികൾ ഉലഞ്ഞു. അവൾ നടത്തം നിർത്തി. നാല് വെളുത്ത മനുഷ്യർ കടന്നുവന്നു.

ആഞ്ജിയ്ക്ക് വല്ലാതെ ഭയം തോന്നി. തല പൊക്കി നോക്കിയ മിലാനിയുടെ കൊച്ചുശരീരം വിറയ്ക്കുന്നത് ആഞ്ജി അറിഞ്ഞു. പേടിച്ചരണ്ട സ്വരത്തിൽ മിലാനി പറഞ്ഞു: "വെളുത്ത മനുഷ്യർ".

"അതെ വെളുത്ത മനുഷ്യർ" ആഞ്ജി ഭയചകിതയായി മറുപടി പറഞ്ഞു.

വെളുത്ത മനുഷ്യർ മന്ദഹസിച്ചു. മിലാനിയാണെങ്കിൽ കരച്ചിലും തുടങ്ങി.

"മിലാനീ.. കരയാതെ" ആഞ്ജിയുടെ ശബ്ദം വിറച്ചു.

ആഞ്ജി വേഗം തിരിഞ്ഞ് നടന്നു. പിന്നിൽ നിന്നും ക്രൂരമായ കൂട്ടച്ചിരി മുഴങ്ങുന്നത് അവൾക്ക് കേൾക്കാമായിരുന്നു.

ആഞ്ജി തിരികെ കുടിലിനടുത്തെത്തി. നാലി ചാടിയെണീറ്റ്കൊണ്ട് ചോദിച്ചു: "ആഞ്ജീ, മിലാനിയെന്തിനാണ് കരയുന്നത്?"

"ഞങ്ങൾ-ഞങ്ങൾ നാലു വെളുത്ത മനുഷ്യരെ കണ്ടുമുട്ടി. അവരെ കണ്ട് ഇവൾ പേടിച്ച് കരഞ്ഞതാണ്." ആ കാര്യം എത്രത്തോളം ലളിതമായി അവതരിപ്പിക്കാമോ, അത്രയും ലളിതമാക്കാൻ ശ്രമിച്ചുകൊണ്ട് പറഞ്ഞു.

"ഹും! ആ വെളുത്ത പിശാചുക്കളെ കൊല്ലണം" നാലി കടുത്ത ദേഷ്യത്തോടെ അലറിക്കൊണ്ട് അമ്പും വില്ലും കൈയിലെടുത്തു. ആഞ്ജി ഞെട്ടിപ്പോയി.

"നാലീ, നിനക്കെന്താ ഭ്രാന്ത് പിടിച്ചോ? അവർ ശക്തരാണ്!" ആഞ്ജി അത്ഭുതത്തോടെ പറഞ്ഞു. നാലി നിലത്ത് അമർത്തിച്ചവിട്ടിക്കൊണ്ട് ഒരു കൊടുങ്കാറ്റ് പോലെ കടന്നുപോയി.

സ്തബ്ധയായി നിൽക്കുന്ന ആഞ്ജിയുടെ ചുമലിൽ കിടന്നുകൊണ്ട് മിലാനി ഏങ്ങലടിച്ച് കരഞ്ഞു.

"ഒന്നുമില്ല, മിലാനി ഒന്നുമില്ല..." ആഞ്ജി സൗമ്യമായി പറഞ്ഞു.

കുറച്ച് സമയം ഒന്ന് അങ്ങോട്ടുമിങ്ങോട്ടുമൊക്കെ നടന്നപ്പോൾ മിലാനിയുടെ തേങ്ങലുകൾ കേൾക്കാതായി. അവൾ ഉറങ്ങിക്കഴിഞ്ഞു എന്ന് ആഞ്ജിയ്ക്ക് മനസ്സിലായി. അവൾ മിലാനിയെയും കൊണ്ട് കുടിലിൽ കയറി. മിലാനിയെ അവിടെ കിടത്തി.

എന്നിട്ട് തിരിഞ്ഞപ്പോഴാണ് കുടിലിന്റെ ഒരു മൂലയിൽ തല കുമ്പിട്ടിരിക്കുന്ന നാലിയെ അവൾ ശ്രദ്ധിച്ചത്.

"നാലീ.. നാലീ, നീ കരയുകയാണോ?" ആഞ്ജി ചോദിച്ചു. നാലി ദ്രുതഗതിയിൽ മുഖമുയർത്തി. ആഞ്ജി ഞെട്ടി, പുറകോട്ട് മാറി. നാലിയുടെ കണ്ണുകളിൽ നിന്ന് തീ പാറുകയായിരുന്നു.

"ഞാനെന്തിന് കരയണം? കരയേണ്ടത് അവരല്ലേ? അവരെ ഞാൻ കരയിപ്പിക്കും! നാലി ദൃഢസ്വരത്തിൽ പറഞ്ഞു. ആഞ്ജി ഒന്നും മിണ്ടാതെ പുറത്തിറങ്ങി. ഇത്ര പെട്ടെന്ന് നാലി ഇത്രയും കരുത്തയായി മാറിയോ?"

ആഞ്ജി ദീർഘമായൊന്ന് നിശ്വസിച്ചു.

20
ചുരുളഴിയേണ്ടാത്ത നിഗൂഢതകൾ

മാഷ, ഇവാൻ, ലേന, ദിയാന എന്നിവർ അർദ്ധവൃത്താകൃതിയിൽ ഇരിക്കുകയാണ്. അവർക്കഭിമുഖമായി ലൂബ്‌ലുവും മറ്റ് ഹിമക്കരടികളും ഇരിക്കുന്നുണ്ട്. ആരും ഒന്നും മിണ്ടുന്നില്ല.

ഒടുവിൽ, മാഷ മൗനത്തെ ഇല്ലാതാക്കി. "എനിക്ക് ലജ്ജ തോന്നുന്നു; മനുഷ്യരായി ജനിച്ചതിൽ" ഇവാനോ ലേനയോ ദിയാനയോ അവളെ വിജ്ഞാനിയായ വയസ്സി പ്രൊഫസർ എന്ന് വിളിച്ച് പരിഹസിക്കുന്നതിനെക്കുറിച്ച് ചിന്തിച്ച്‌പോലുമില്ല. മാഷ ഗൗരവത്തോടെ തുടർന്നു: "വനനശീകരണം വീണ്ടും കൂടിയിരിക്കുകയാണ്. ഈ മനുഷ്യർ എന്തൊരു ആർത്തിപ്പണ്ടാരങ്ങളാണ്? എല്ലാം കീഴടക്കണം, കീഴടക്കണം എന്ന ഒരൊറ്റ വിചാരം മാത്രമേയുള്ളൂ!" മാഷയുടെ വാക്കുകൾ മഞ്ഞിൽ കത്തിക്കയറി. പെട്ടെന്ന് അവൾ നിശബ്ദയായി.

സ്നോ എന്ന കൊച്ചുഹിമക്കരടിക്കുട്ടി തുള്ളിച്ചാടി, അവളുടെയടുത്തേക്ക് ഓടിവന്നു. മാഷ കൈ ഉയർത്തി അവനെ തലോടി. അവളുടെ മിഴികൾ നനഞ്ഞു.

മാഷയുടെ ദിവസങ്ങൾ കൂടുതൽ കൂടുതൽ വന്യമായിക്കൊണ്ടിരുന്നു. അവൾ എഴുതുന്ന കഥയിൽ മാഷയും ആഞ്ജിയും സാഹോദര്യത്തോടെ കൈ കോർത്തു. അങ്ങനെയൊരു യഥാർത്ഥ പെൺകുട്ടി ആമസോണിലെവിടെയോ ജീവിച്ചിരിപ്പുണ്ടാകുമെന്ന്

വിശ്വസിക്കാനായിരുന്നു മാഷയ്ക്കിഷ്ടം.

ഒരു ദിവസം, വീട്ടിലെ തന്റെ പഠനമുറിയിൽ മേശയ്ക്കരികിലിരുന്ന് വനനശീകരണത്തിന് എതിരെ ഒരു ലേഖനം തയ്യാറാക്കുകയായിരുന്നു മാഷ.

"മാഷ, നീ ആമസോണിനെ ഒത്തിരി സ്നേഹിക്കുന്നുണ്ടല്ലേ?" അവളുടെ അടുത്ത് വന്നിരുന്നുകൊണ്ട് അവളുടെയമ്മ ചോദിച്ചു.

"ആമസോൺ ഉള്ളതുകൊണ്ടല്ലേ അമ്മേ നമ്മളൊക്കെ ജീവിച്ചിരിക്കുനനത്!" മാഷ പറഞ്ഞു.

"നിനക്ക് ആമസോണിൽ ഒരു സാഹസികയാത്ര നടത്താൻ ആഗ്രഹമില്ലേ?" അമ്മ ഒരു ചെറുചിരിയോടെ ചോദിച്ചു. മാഷ അമ്മയിൽ നിന്നും അങ്ങനെയൊരു ചോദ്യം ഒരിക്കലും പ്രതീക്ഷിച്ചതല്ല.

മാഷ മുഖം പൊന്തിച്ച്, അമ്മയെ നോക്കി. അരികെ എരിയുന്ന നെരിപ്പോടിൽ നിന്നും പാറിവീഴുന്ന സുവർണവെളിച്ചം തട്ടി, അമ്മയുടെ മുഖം വെട്ടിത്തിളങ്ങി.

മാഷ ഒട്ടും സംശയിക്കാതെ മറുപടി പറഞ്ഞു.

"ഇല്ല."

"അതെന്താ, മാഷ? സാധാരണയായി നീ അഗാധമായി സ്നേഹിക്കുന്ന സ്ഥലങ്ങളിൽ ചെന്നെത്താൻ നീ വളരെ ആത്മാർത്ഥമായി ആഗ്രഹിക്കാറുള്ളതല്ലേ?" മാഷയുടെ അമ്മ വിസ്മയത്തോടെ ആരാഞ്ഞു.

മാഷ അമ്മയെക്കാൾ പക്വതയോടെ പറഞ്ഞു: "അമ്മേ, എല്ലാവരും ആമസോണിൽ ചെന്നെത്തണം എന്ന് ആഗ്രഹിക്കാൻ തുടങ്ങിയാൽ എന്താകും അവസ്ഥ? ആമസോൺ ഒരു പാടൊരുപാട് നിഗൂഢമാണ്. അതുശരി തന്നെയാണ്. എന്നാൽ ആ വനനിഗൂഢതകളുടെ ചുരുളഴിക്കാൻ എന്നുംപറഞ്ഞ് നമ്മൾ അങ്ങോട്ട് പോകാത്തതല്ലേ നല്ലത്? ചില നിഗൂഢതകൾ അങ്ങനെതന്നെ അവശേഷിച്ചോട്ടെ."

21
ശാപം

കൺമുന്നിൽ കാട് കത്തിയെരിയുന്നത് അന്ധാളിപ്പോടെ രണ്ട് പെൺകുട്ടികളും കണ്ട് നിന്നു. കൊച്ചുമിലാനിയെ ലീയുടെ വൃദ്ധയായ അമ്മയുടെയടുത്താക്കി, പുറത്തേക്കിറങ്ങിയൊന്ന് നടന്നതാണവർ. കുറച്ച്ദൂരം പോയപ്പോഴതാ തീ ആളിപ്പടരുന്നു. കാട് പുകയുന്നു.

ആഞ്ജിയും നാലിയും വീർപ്പടക്കി നിന്നു. പക്ഷികൾ ഉറക്കെ നിലവിളിച്ചുകൊണ്ട് ചിറകടിച്ചുയരുകയാണ്. അവയിൽ ഭൂരിഭാഗം കിളികളും പാതികരിഞ്ഞ തൂവലുകളുള്ള ചിറകുകൾ വീശി, അകലങ്ങളിലെ ഉൾക്കാട്ടിലേക്ക് പറന്ന് രക്ഷപ്പെടുകയാണ്. പക്ഷേ, കൂട് തകർന്ന, മുട്ടകൾ നഷ്ടപ്പെട്ട, പിഞ്ചു കുഞ്ഞുങ്ങളെ നഷ്ടപ്പെട്ട അമ്മപ്പക്ഷികൾ എങ്ങും പോകാതെ നെഞ്ച് തകർന്ന് നിലവിളിച്ചുകൊണ്ട് തീനാളങ്ങളുടെ മുകളിൽ വട്ടമിട്ട് പറന്നു.

ആർത്തിയോടെ കത്തിപ്പടരുന്ന അഗ്നിജ്വാലകൾക്കിടയിൽ ആഞ്ജിയും നാലിയും ഒരു മുയൽക്കുഞ്ഞിനെ കണ്ടു. പ്രാണവേദനയോടെ അങ്ങുമിങ്ങും പായുകയായിരുന്ന ആ മുയൽക്കുട്ടിയെ കണ്ട് ആഞ്ജിക്ക് വെറുതെ നിൽക്കാനായില്ല. അവൾ മുന്നോട്ട് കുതിച്ചു. നാലിക്ക് എന്തെങ്കിലും പറയാനോ ചെയ്യാനോ കഴിഞ്ഞില്ല. അവൾ കൈകൾ കൊണ്ട് വാ പൊത്തി, വികസിച്ച കണ്ണുകളോടെ ശ്വാസം പിടിച്ച് നിന്നു.

ആഞ്ജി ഒന്നും ചിന്തിക്കാതെ തീജ്വാലകൾക്കിടയിലേക്ക് ഓടിക്കയറി. ആളിക്കത്തുന്ന അഗ്നിയുടെ ചുവന്ന ചൂട് തട്ടി, അവൾ വിയർത്തൊഴുകി.

ആഞ്ജി തീനാളങ്ങൾക്ക് പിടികൊടുക്കാതെ വിദഗ്ധമായി ഒഴിഞ്ഞുമാറിക്കൊണ്ട് മുയൽക്കുട്ടിയുടെ നേരെ കുതിച്ചു. അഗ്നിയുടെയും ഉയർന്ന് പൊങ്ങുന്ന പുകയുടെയും ഇടയിലൂടെ ആഞ്ജി പാഞ്ഞ്ചെന്ന്, വേഗത്തിൽ കുനിഞ്ഞ്, കൊച്ചുമുയലിനെ വാരിയെടുക്കുന്നത് നാലി കണ്ടു.

പെട്ടെന്ന്, കട്ടിയുള്ള ഏതാനും പുകച്ചുരുളുകൾ നാലിയുടെ മുഖത്തേക്ക് പാറിവീണു. അവൾ ചുമച്ചുകൊണ്ട് എരിയുന്ന കണ്ണുകൾ ഇറുക്കിയടച്ചു.

അൽപമൊരാശ്വാസം തോന്നിയപ്പോൾ നാലി കണ്ണുകൾ തുറന്നു. പുകച്ചുരുളുകളെ കൈകൊണ്ട് വകഞ്ഞ് മാറ്റിക്കൊണ്ട് അവൾ അഗ്നിയെ നോക്കി.

ആഞ്ജി അപ്രത്യക്ഷയായിരുന്നു. നാലി നടുങ്ങി. ആഞ്ജിയെവിടെ? നാലി ആളുന്ന ജ്വാലകൾക്കിടയിൽ ആഞ്ജിയെ കണ്ണുകളാലെ തിരഞ്ഞു. ഇല്ല. തീനാളങ്ങൾക്കിടയിൽ ഒരു പാവം മുയൽക്കുട്ടിയെയും കൈയിലെടുത്ത് നിൽക്കുന്ന പെൺകുട്ടിയുടെ രൂപം നാലിക്ക് കാണാനായില്ല.

“ആഞ്ജീ!” നാലി ഉറക്കെ വിളിച്ചു. മറുപടിയായി കിട്ടിയ അഗ്നിയുടെ ഇരമ്പൽ അവളെ വല്ലാതെ നടുക്കിക്കളഞ്ഞു. “ആഞ്ജീ!” കാടിന്റെ നെഞ്ചിലൂടെ തുളച്ചുകയറുന്ന നിലവിളിയുമായി നാലി തീയെ ലക്ഷ്യമാക്കി ഓടി.

ഒരു നിമിഷം! തീജ്വാലകൾക്കിടയിൽ നിന്നും ആരോ കൊടുങ്കാറ്റ് പോലെ കടന്നുവന്ന് തന്നെ കടന്ന്പോയതായി നാലിക്ക് അനുഭവപ്പെട്ടു.

നാലി തിരിഞ്ഞു നോക്കി. അവിടെ ഒരു മുയൽക്കുട്ടിയെയും നെഞ്ചോടടുക്കി പ്പിടിച്ചുകൊണ്ട് നിന്ന് കിതയ്ക്കുന്ന ആഞ്ജിയെ അവൾ കണ്ടു. ആഞ്ജി വിയർപ്പിൽ കുതിർന്നിരുന്നു. അവളുടെ കൈകാലുകളിൽ രക്തം പൊടിയുന്നുണ്ടായിരുന്നു. അവളുടെ ഇടതുകൈയ്ക്ക് പൊള്ളലേറ്റിരുന്നു.

നാലിയുടെ മിഴികളിൽ നീർത്തുള്ളികൾ പ്രത്യക്ഷപ്പെട്ടു. ആഞ്ജിക്ക് ഒന്നും മനസ്സിലായില്ല.

"ആഞ്ജീ... ആ മുയൽക്കുട്ടി..." നാലിയുടെ ശബ്ദം വിറച്ചു. ആഞ്ജി തന്റെ കൈകളിൽ കിടക്കുന്ന മുയൽക്കുട്ടിയെ നോക്കി. അത് ചത്ത് കഴിഞ്ഞിരുന്നു.

ആഞ്ജിയുടെ കണ്ണുകൾ നിറഞ്ഞുതുളുമ്പി. അവൾ ആ കൊച്ചുമുയലിനെ പുല്ലിൽ വെച്ചു. അതിന്റെ കൊച്ചുവാൽ മുഴുവനായും കത്തിക്കരിഞ്ഞിരുന്നു. അതിന്റെ രോമങ്ങൾ കരിപിടിച്ച് കറുത്തിരുന്നു. അതിന്റെ കുഞ്ഞുമീശ കരിഞ്ഞ്പോയിരുന്നു. അതിന്റെ ചേതനയറ്റ ചുവന്ന കണ്ണുകൾ ആരെയോ ശപിക്കുന്നത്പോലെ അകലങ്ങളിലേക്ക് തുറിച്ചുകിടന്നു. ആ കണ്ണുകളിൽ രക്തവർണമാർന്ന ആ കൊച്ചുകണ്ണുകളിൽ നീറിപ്പുകയുന്ന കാട് പ്രതിഫലിക്കുന്നത് അവൾ നോക്കി നിന്നു.

22
പ്രിയപ്പെട്ട സ്നോ...

മാഷയും ചങ്ങാതിമാരും ക്ലാസ്സ്മുറിയിൽ ഇരിക്കുകയാണ്. ഭൂമിശാസ്ത്രം പിരീഡായിരുന്നു. മാഡം വസീലിയ ധ്രുവങ്ങളെക്കുറിച്ച് പഠിപ്പിക്കുകയാണ്.

പെട്ടെന്ന് ക്ലാസ്സ്മുറിയുടെ വാതിൽക്കൽ ഒരു ബഹളം കേട്ടു. എല്ലാവരും അങ്ങോട്ട് നോക്കി. മാഷയും ഇവാനും ലേനയും ദിയാനയും സ്തബ്ധരായി. കുസൃതിക്കാരനായ കൊച്ചു സ്നോ അതാ വാതിൽക്കൽ ശങ്കിച്ചുനിൽക്കുന്നു. ക്ലാസ് മുറിയുടെ വാതിൽക്കൽ വന്ന് നിൽക്കുന്ന കൊച്ചുഹിമക്കരടിയെക്കണ്ട് മറ്റ് കുട്ടികൾ നിലവിളിച്ചു. അധ്യാപിക പേടിച്ച് വിളറി, പുറകോട്ട് ചാടി.

“ആരും പേടിക്കണ്ട” മാഷ എഴുന്നേറ്റ് നിന്നു. എല്ലാവരും അവളെ നോക്കി. അവൾ, ഒരുപാട് ആളുകളെയൊക്കെ കണ്ട് പരിഭ്രമിച്ച് പോയ സ്നോയുടെ അടുത്തെത്തി. ഇവാനും ലേനയും ദിയാനയും പുറകേ ചെന്നു.

മറ്റുള്ളവർ വീർപ്പടക്കി നോക്കിനിന്നു. മാഷ സ്നോയുടെയടുത്ത് മുട്ട്കുത്തിയിരുന്നു.

“നീയെന്തിനാണിവിടെ വന്നത്?” മാഷ അവന്റെ ചെവിയിൽ മന്ത്രിച്ചു. സ്നോ കുസൃതിഭാവത്തിൽ തല അങ്ങോട്ടും ഇങ്ങോട്ടും ഇളക്കി.

“കുറുമ്പൻ!” ലേന പറഞ്ഞു. അവളുടെ ചുണ്ടുകളിൽ വാത്സല്യപൂർവ്വം ഒരു ചിരി വിടരുന്നുണ്ടായിരുന്നു.

“സ്നോ, വാ ഞാൻ നിന്നെ കൊണ്ട് വിടാം” മാഷ എഴുന്നേറ്റു. എന്നിട്ട് ഇറങ്ങി നടന്നു. സ്നോ അനുസരണയുള്ള ഒരു കുട്ടിയെ പോലെ അവളുടെ പുറകേ നടന്നു.

ഇവാനും ലേനയും ദിയാനയും അവർ നടന്ന് മറയുന്നതും നോക്കി നിന്നു. ബാക്കിയുള്ളവരെല്ലാം അത്ഭുതപരതന്ത്രരായിരുന്നു.

മാഷയും സ്നോയും നടന്ന് നടന്ന്, മഞ്ഞ്കട്ടകൾ നിറഞ്ഞ സ്ഥലത്തെത്താറായി.

അപ്പോഴാണ്, സ്നോയുടെ അമ്മ ഹിമക്കരടി നെയ്ൻക എതിരേ വരുന്നത് കണ്ടത്. സ്നോയെ കാണാത്തതിന്റെ പരിഭ്രാന്തി ആ മുഖത്ത് നിഴലിച്ചിരുന്നു.

അമ്മയെ കണ്ടതും, സ്നോ തുള്ളിച്ചാടി, അങ്ങോട്ടോടി. കുഞ്ഞിനെ തിരിച്ച് കിട്ടിയപ്പോൾ നെയ്ൻകയുടെ മുഖത്ത് സമാധാനം തെളിഞ്ഞു. നെയ്ൻക നന്ദിപൂർവ്വം മാഷയെ നോക്കി.

“സ്നോ വെറുതെ ഒന്ന് നടക്കാനിറങ്ങിയതാ. അറിയാതെ കറങ്ങിത്തിരിഞ്ഞ് എന്റെയടുത്തെത്തി.” മാഷ ചിരിച്ചുകൊണ്ട് പറഞ്ഞു. നെയ്ൻക മഞ്ഞ്കട്ടകളുടെ ഇടയിലേക്ക് തിരിച്ച് നടന്നു. കൂടെ പോകാൻ തുനിഞ്ഞ സ്നോയെ മാഷ പിടിച്ച് നിർത്തി. അവൾ അവനഭിമുഖമായി മുട്ട് കുത്തിയിരുന്നു.

സ്നോ ഒന്നുമറിയാത്ത ഒരു നിഷ്കളങ്കനെപ്പോലെ ചെവികൾ ഇളക്കി, കണ്ണുകൾ വിടർത്തി നിന്നു.

“എടാ, കൊച്ചുകുറുമ്പാ! തൽക്കാലം നീ രക്ഷപ്പെട്ടു. ഇനി അങ്ങോട്ടൊന്നും വരല്ലേ!” മാഷ അവനോട് ശബ്ദം താഴ്ത്തി, സ്വകാര്യം പറഞ്ഞു.

ഹിമക്കരടിക്കുഞ്ഞ് ഒപ്പമില്ലെന്ന് മനസ്സിലാക്കി, തിരിഞ്ഞ് നിന്ന നെയ്ൻക, എന്താ രണ്ടുപേരും കൂടി ഒരു സ്വകാര്യം എന്ന മട്ടിൽ മാഷയെയും സ്നോയെയും നോക്കി.

“ദേ, അമ്മ വിളിക്കുന്നു. പൊയ്ക്കോ” മാഷ എഴുന്നേറ്റ് കൊണ്ട് അവന്റെ പുറത്ത് തട്ടി. അമ്മയായ വലിയ ഹിമക്കരടിക്കൊപ്പം

ആ കൊച്ചു ഹിമക്കരടി മഞ്ഞുകട്ടകൾക്കിടയിൽ മറഞ്ഞപ്പോൾ, മാഷ ഒരു ദീർഘനിശ്വാസത്തോടെ തിരികെ നടന്നു.

***

സംഭവം വലിയ വാർത്തയായി. നാട്ടിൽ ഹിമക്കരടിയിറങ്ങി യിരിക്കുന്നു. എല്ലാവർക്കും വേവലാതിയായി. ഹിമക്കരടിയെ കൊണ്ടുപോകണമെന്ന് വ്യാപകമായ ആവശ്യങ്ങളുയർന്നു. മാഷയ്ക്ക് എന്ത് ചെയ്യണമെന്നറിയില്ലായിരുന്നു.

ആശങ്കകളും പരാതികളും വേവലാതികളുമായി ഒരാഴ്ച കടന്നു പോയി. ഒരു ചൊവ്വാഴ്ച്ച, സ്കൂളിൽ ഒരു സംഘം ആളുകളെത്തി. കുട്ടികളാരും ഇതുവരെ കണ്ടിട്ടില്ലാത്ത എന്തൊക്കെയോ ഉപകര ണങ്ങളുമായിട്ടായിരുന്നു വരവ്.

അവർ അധ്യാപികയുമായി എന്തൊക്കെയോ ചർച്ചചെയ്തു. ശേഷം, അധ്യാപിക മാഷയുടെ നേരെ തിരിഞ്ഞു. ഇവാനും ലേനയും ദിയാനയും അവധിയായിരുന്നതിനാൽ ബെഞ്ചിൽ ഒറ്റയ്ക്ക് ഇരിക്കുകയായിരുന്നു.

“മാഷ!” അധ്യാപിക വിളിച്ചു. തുറന്ന് വെച്ച പുസ്തകത്തി ലേക്ക് മുഖം കുനിച്ചിരിക്കുകയായിരുന്ന മാഷ മുഖമുയർത്തി. “ഇവർ നഗരമേധാവി അയച്ച വിദഗ്ധരാണ്. ഇത് സാഷ്ക. ഇത് നിക്കൊലായ് ഇവാനോവിച്ച് തെരഷ്കോവ്. ഇത് ലെഷ യേവ്സ്കി.” അധ്യാപിക അപരിചിതരെ പരിചയപ്പെടുത്തി. “ഇവർക്ക് നിന്നോട് എന്തോ സംസാരിക്കാനുണ്ട്” അധ്യാപിക ഗൗരവത്തോടെ പറഞ്ഞു.

ക്ലാസ്മുറിയിലെ എല്ലാ കണ്ണുകളും മാഷയുടെ മേലായി. മാഷ എണീറ്റ് അധ്യാപികയുടെയടുത്തെത്തി. ശേഷം അവൾ വിദഗ്ധ രുടെ കൂടെ വരാന്തയിലേക്ക് ചെന്നു.

“മാഷ നിക്കൊലേയ്വ്ന, ഞങ്ങൾക്ക് ഒരു പ്രധാന കാര്യ ത്തെപ്പറ്റി പറയാനുണ്ട്.” നിക്കൊലായ് പറഞ്ഞു. മാഷ അയാളുടെ മുഖത്ത് ദൃഷ്ടിയുറപ്പിച്ചു. “നീയെങ്ങനെയാണ് ആ ഹിമക്കരടിക്കു ട്ടിയുമായി സൗഹൃദത്തിലായത്?” മാഷ പ്രതീക്ഷിച്ച ചോദ്യം തന്നെയാണ് നിക്കൊലായ് ചോദിച്ചത്.

“ഒരു ദിവസം, ഞാൻ മഞ്ഞ് കട്ടകളുടെയടുത്ത് ചെന്നു.

അവിടെവച്ച് അവനെ കണ്ട് മുട്ടി." മാഷ വളരെ ചുരുക്കത്തിൽ പറഞ്ഞു.

"ഏതായാലും നീ അതിനെ ആദ്യമായി കണ്ടത് കുറെ മുമ്പായിരിക്കുമല്ലോ. അതിനെ മെരുക്കിയെടുക്കണമെങ്കിൽ കുറേയധികം ആഴ്ചകൾ വേണമല്ലോ" സാഷ്കയെ മുഴമിപ്പിക്കാനവദിക്കാതെ മാഷ പറഞ്ഞു: "ഞാൻ ഒരു മൃഗത്തെയും മെരുക്കിയെടുത്തിട്ടില്ല. എനിക്കങ്ങനെ ചെയ്യാൻ ആഗ്രഹവുമില്ല" ഒരു വേള നിശബ്ദത പരന്നു.

"അതിരിക്കട്ടെ, ഇത്ര നാളായി നിനക്കറിയാം ഒരു ഹിമക്കരടിക്കുട്ടി നാട്ടിലിറങ്ങിയിട്ടുണ്ട് എന്ന്, ശരിയല്ലേ? എന്നിട്ടും, എന്തുകൊണ്ട് നീ ആരെയും അറിയിച്ചില്ല?" ഇവാനോവിച്ച് ആരാഞ്ഞു.

"നിങ്ങളിപ്പോൾ എന്തിനാണ് വന്നത്? എന്റെ സ്നോയെ കൊണ്ടുപോകാനല്ലേ?" മാഷ ഒരു മറുചോദ്യമെറിഞ്ഞു.

"ഞങ്ങൾ വന്നത് ആ ഹിമക്കരടിക്കുട്ടിയെ അതിന്റെ സ്വാഭാവികമായ ആവാസവ്യവസ്ഥയിലേക്ക് തിരിച്ച് കൊണ്ടുപോകാനാണ്" ലെഷയേവ്സ്കി പറഞ്ഞു.

"നീ ചോദ്യത്തിനുത്തരം പറയൂ, മാഷ" നിക്കൊലായ് സ്വരം കടുപ്പിച്ചു.

"അത് പോട്ടെ, നിക്കൊലായ്. അവളൊരു കുട്ടിയല്ലേ" തെരഷ്കോവ് പറഞ്ഞു.

"മാഷ, ആ ഹിമക്കരടിക്കുട്ടി എവിടെയാണ്? പറയൂ."

മാഷ ഒന്നും പറഞ്ഞില്ല.

"മാഷ ഞങ്ങളോട് പറയൂ" തെരഷ്കോവ് സൗമ്യമായി ആവർത്തിച്ചു. മാഷ മഞ്ഞ്കട്ടകൾ നിറഞ്ഞ പ്രദേശത്തേക്ക് കൈചൂണ്ടി. "നന്ദി മാഷ."

തെരഷ്കോവും സംഘവും ധൃതിയിൽ അങ്ങോട്ടേക്ക് നടന്നു. മാഷയുടെ മിഴികൾ നിറഞ്ഞു. അവൾ അവരുടെ പുറകേ ഓടി. അവർ നടത്തം നിർത്തി.

"ദയവ് ചെയ്ത്, അവനെ അവന്റെ അമ്മയുടെയും അച്ഛന്റെയും സഹോദരങ്ങളുടെയും കൂട്ടുകാരുടെയും അടുത്ത് നിന്നും വേർപ്പെടുത്തരുത്" മാഷ പറഞ്ഞു.

“നീയൊരു സ്വപ്നലോകത്ത് ജീവിക്കുന്ന കുട്ടിയാണ് മാഷ” നിക്കൊലായ് പറഞ്ഞു.

“അതല്ല, ഞാൻ പറയുന്നത് സത്യമാണ്. അവിടെ അവൻ മാത്രമല്ല ഉള്ളത്. അവർ ഇരുപത്തിയൊന്ന് പേരാണ്.” മാഷയുടെ കണ്ഠമിടറി.

“ഇരുപത്തിയൊന്ന് ഹിമക്കരടികളോ?” സാഷ്കയും, നിക്കൊലായും, ഇവാനോവിച്ചും, തെരഷ്കോവും, ലെഷയേവ്സ്കിയും അളവറ്റ വിസ്മയത്തോടെ ഒരുമിച്ച്, ഒരേസമയം ഉറക്കെ ചോദിച്ചു.

23
പുലിപ്പെൺകുട്ടി

പൈൻമരങ്ങളുടെ ഇടയിലൂടെ നടക്കവേ, ആ വാർത്ത ആഞ്ജി തീരെ പ്രതീക്ഷിച്ചതല്ല. ഓടിക്കിതച്ച് വന്ന നാലിയാണത് പറഞ്ഞത്. നാലിയുടെ കണ്ണുകൾ നിറഞ്ഞു തുളുമ്പിയിരുന്നു.

"പെഡ്രോ.. പെഡ്രോ.." നാലി നിന്ന് കിതച്ചു.

"പെഡ്രോയ്ക്കെന്ത് പറ്റി?' ആഞ്ജി തന്റെ പുരികങ്ങൾ ഉയർത്തി.

"പെഡ്രോ-പെഡ്രോ മരിച്ചു!" ആഞ്ജി ഇടിവെട്ടേറ്റത് പോലെ നിന്നു. "ആ വ-വെളുത്ത മനുഷ്യർ പെഡ്രോയെ കൊന്നു" നാലി കരഞ്ഞുകൊണ്ട് പറഞ്ഞു.

ആഞ്ജിയുടെ മുഖം ചുവന്നു. ചുണ്ടുകൾ വിറച്ചു. അവൾ ശ്വാസമെടുക്കാൻ പാടുപെട്ടു. ഒന്നും പറയാതെ അവൾ തിരിഞ്ഞ് കാടിനുള്ളിലേക്കോടി.

"ആഞ്ജീ... ആഞ്ജീ..." നാലിയുടെ വിളികൾ അവൾ കേട്ടില്ല. ഉൾക്കാട്ടിലെത്തുന്നതു വരെ അവൾ ഓടി. വൻവൃക്ഷങ്ങളുടെ നടുവിലൂടെ നടന്ന്, അവൾ ഒരു വൃക്ഷത്തിന്റെ ചുവട്ടിൽ ഇരുന്നു.

ആഞ്ജിക്ക് സ്വയം നിയന്ത്രിക്കാനായില്ല. അവൾ വാവിട്ട് കരഞ്ഞു. കാൽമുട്ടുകളിൽ മുഖം പൂഴ്ത്തി, അവൾ തേങ്ങിക്കരഞ്ഞു.

അപ്പോഴാണ് രണ്ട് വെളുത്ത മനുഷ്യന്മാർ അവളുടെ മുന്നിൽ വന്നത്. ആഞ്ജിയുടെ ഉള്ളം തിളച്ചു. "ഞാനെന്തിന് കരയണം?" ആരുടെയോ വാക്കുകൾ അവളുടെ ഉള്ളിൽ മുഴങ്ങി.

ആഞ്ജി മുഖമുയർത്തി. തീക്കട്ടകൾ പോലെ ജ്വലിച്ച ആ കണ്ണുകളിൽ നിന്നും കുതിച്ചെത്തിയ കത്തുന്ന നോട്ടം താങ്ങാൻ അവർക്കായില്ല.

അവൾ എഴുന്നേറ്റ് നിന്നു. ഒരുവൻ തോക്ക് കാണിച്ച് അവളെ വിരട്ടാൻ ശ്രമിച്ചു. അമ്പും വില്ലും എടുത്ത്, അയാളുടെ നേരെ ഉന്നം പിടിച്ചു. ഇത്തവണ അവളുടെ കൈകൾ വിറച്ചില്ല. അവൾ എയ്ത അമ്പ് കുതിച്ച് ചെന്ന് അയാളുടെ ദേഹത്ത് തറച്ചു.

ആഞ്ജി മുന്നോട്ട് നടന്നു. കുറേക്കൂടി മുന്നോട്ട് പോയി, കാടിന്റെ ഇരുണ്ട ഹൃദയത്തിലെത്തിയപ്പോൾ അവൾ നടത്തം നിർത്തി.

പൊന്തക്കാട്ടുകൾക്കിടയിൽ രണ്ട് കത്തുന്ന കനലുകൾ പോലുള്ള കണ്ണുകൾ അവൾ കണ്ടു. പൊന്തക്കാട്ടിലെ ഇരുട്ടിൽ നിന്നും ഒരു ജാഗ്വാർ പുറത്തുവന്നു.

ആഞ്ജിയുടെ ഉള്ളിൽ പല വികാരങ്ങൾ ഇരമ്പിയാർത്തു. അവൾ അമ്പുകളും വില്ലും ഉപേക്ഷിച്ച് പുലിയുടെ നേരെ നടന്നടുത്തു.

അവൾ ജാഗ്വാറിന്റെയരികിലായി മുട്ട്കുത്തിയിരുന്നു. ജാഗ്വാർ അവളുടെ കണ്ണുകളിലേക്ക് നോക്കി. അവൾ ജാഗ്വാറിനെ തലോടി. എന്നിട്ട് അവൾ പുലിയുടെ പരുപരുത്ത രോമങ്ങളിൽ തല ചായ്ച്ച് കിടന്നു.

നിലാവ് അവരുടെ മീതെ ഒരു വെള്ളിക്കസവ് നെയ്തു. ജാഗ്വാറിന്റെ ദേഹത്ത് തലവെച്ച് കിടന്നുകൊണ്ട്, ആഞ്ജി മുകളിലേക്ക് നോക്കി. തലയ്ക്ക് നേരെ മുകളിലായി ഒരു മരച്ചില്ലകളിൽ ഇളകിക്കളിക്കുന്ന ഒരു നനുത്ത തളിരിലയെ അവൾ കണ്ടു. അതിന്റെ മുകളിൽ ഒരു തുള്ളി നിലാവും. ആഞ്ജി അവയെത്തന്നെ ഉറ്റുനോക്കി. അവൾ കണ്ണുകളടച്ചു.

24
ഇലയും നിലാവും

അവൾ കണ്ണുകൾ തുറന്നു. ഉറക്കം വരുന്നില്ല. മാഷ മെത്തയിൽ തിരിഞ്ഞും മറിഞ്ഞും കിടന്നു. നിദ്ര പിണങ്ങിത്തന്നെ നിൽപ്പാണ്.

മാഷ ദീർഘമായി നിശ്വസിച്ചു. ഹിമക്കരടികളെയെല്ലാം മടക്കിക്കൊണ്ടുപോയി. വേർപാട് സഹിക്കാനാവുന്നതല്ല. എന്നാലും സാരമില്ല. പ്രിയമുള്ള ഹിമക്കരടികൾക്ക് അവരുടെ വീട് തിരിച്ച് കിട്ടിയല്ലോ. എന്നാൽ, യഥാർത്ഥത്തിൽ അവർക്ക് അവരുടെ വീട് തിരിച്ച് കിട്ടിയോ? ചിന്തകൾ കുഴഞ്ഞ്മറിഞ്ഞു.

അവൾ തിരിഞ്ഞുകിടന്ന് കണ്ണടച്ചു. കാട്... മരച്ചുവട്ടിൽ കിടക്കുന്ന ഒരു പുലി... പുലിയുടെ മേൽ തലചായ്ച്ച് കിടക്കുന്ന അവൾ... അവൾക്കൊപ്പം പുലിയുടെ ദേഹത്ത് തലവെച്ച് കിടക്കുന്ന താൻ...

തനിക്കും അവൾക്കും പുലിക്കും മീതെയായി ഒരില, ഒരു നനുത്ത തളിരില... അതിനും മുകളിൽ ഒരു തുള്ളി നിലാവ്.

കാടിന്റെ ഇരുട്ട്... നിലാവിന്റെ വെളിച്ചം... കാടിന്റെ തണുപ്പ്... പുലിയുടെ മൃദുവായ രോമങ്ങളുടെ ഇളംചൂട്... ഇല... നിലാവ്...